Vẫn như lời cám ơn những người
đã ghé qua đời tôi. Đặc biệt với Từ Dung người
đồng hành không mệt mỏi suốt những dặm lữ dài.
Đã cho tôi thêm nhiệt tình và ý sống để làm thơ.

thơ túy hà

2024

túy hà

rong bút thơ

HÃY MỞ LÒNG NHƯ CÁNH BUỒM NO GIÓ
VƯỢT BIỂN ĐỜI LƯỚT SÓNG TRÙNG KHƠI
BỐN BIỂN LÀ NHÀ NỐI TÌNH NHÂN ÁI
SẼ THẤY ĐỜI VUI - VUI BIẾT BAO

@
I can not change the direction of the wind,
but I can adjust the sails so I can get to my
destination.
H. Jackson Brown Jr.
Phỏng dịch
Dẫu không thể ngăn hướng đi của gió
Nhưng có thể là quay hướng cánh buồm

Lời trần tình của thơ

Tôi không thể
không thể viết những lời thơ khó hiểu
khiến người nghe người đọc phải suy tư
và trăn trở vì mơ hồ chữ nghĩa
với ẩn dụ đời giữa những thực hư
thơ phải đi từ tim qua óc
gởi cho đời những thông điệp riêng tư
phải có đầu có đuôi liền lạc
cho mọi người hiểu được và cảm thông
thơ phải có âm thanh và vần điệu
vì bản chất thơ có nhạc chảy như suối sông
hãy để cho thơ trôi theo tự tại
đừng ngăn dòng rất khó khai thông
tâm không mở chữ làm sao chuyên chở
những buồn vui của một kiếp người
những rung cảm của ý thơ lời nhạc
bàng bạc trong những tình khúc dân ca.

Thơ chính là khơi nguồn quá khứ
cùng với lời dự đoán tương lai
hãy để thơ trôi theo dòng sông yên ả
chảy vào đời rót mật yêu thương
tôi muốn thơ tôi
tự nhiên bình dị
như khúc đồng dao lộng gió diều bay
như những nhánh lúa non con gái
trên đồng xanh biêng biếc quê xa
như lúa bạt ngàn chín vàng lên trong nắng
như hạt sương mai trên cỏ lung linh

có những lúc thơ tôi bi uất
nhuốm máu rơi huyết lệ riêng mình
cũng chỉ là nhớ xưa nhắc mới
theo thế thời vận nước nổi trôi.
cũng có lúc thơ tôi là nhung gấm
mượt mà bên sỏi đá thăng trầm
cũng có lúc thơ tôi lời bình dị
như áo bà ba của em gái miền tây
như cánh bèo trôi theo phù sa sông nước
chẳng biết đâu là bến lở bến bồi.

Ôi thơ tôi mỗi lần ghi lại
ít nhiều gì cũng thấp thoáng quê hương
dù thân phận xa nhà ly xứ
vẫn còn nguyên khao khát một thiên đường
thiên đường nhỏ trong nhà tranh Châu Á
cũng lớn vô cùng dù ở tây phương.
ôi thơ tôi là Việt Nam chân chất
dẫu đi đâu và có về đâu
quyết không đổi không hề phai nhạt
luôn đồng hành với tình ý thâm sâu

Ngữ nghĩa thơ phải là viễn kính
soi rõ tâm tư của chính mình.
thông điệp thơ phải viết bằng ánh sáng
như mặt trời soi rõ mặt nhân sinh.

Đời thơ

Tôi yêu thơ từ ngày đeo vú mẹ
chỉ ngủ thôi chưa biết khóc cười
vậy mà thơ thành thịt da máu huyết
nuôi lớn tôi từ lúc nằm nôi

thơ dạy tôi những điều chân thật
qua ca dao lời hát tiếng ru
thơ chính là cọng rau hạt gạo
đã nuôi tôi mau lớn thành người
thơ có lúc dỗ giấc nồng xuân thắm
gọi gió hè quạt mát đời tôi
như chăn ấm mùa đông ấp ủ
như sương thu trên tóc mẹ hiền
thơ có lúc là hình nghiêng bóng ngả
vẫn theo tôi trên những dặm đời
câu quan họ người ơi người ở
khúc đồng dao, điệu lý tuyệt vời
thơ theo tôi nhịp mái nhì mái đẩy
thơ nhắc tôi câu vọng cổ hoài lang
thơ trong tôi sáng ngời nghĩa mẹ
với công cha chất ngất non cao
thơ trong tôi là quê hương cố thổ
nơi chôn nhau cắt rốn lúc chào đời
thơ trong tôi là khói chiều lên mái bếp
là tiếng trâu về rộn rã đường quê
là ngày hội được mùa vui chất ngất
là trai thanh gái tú kết tơ duyên
thơ ơi thơ, đã thăng trầm mấy độ
thơ vẫn theo tôi trên những dặm đường

thơ bùng lên từ vùng binh lửa
đã hân hoan, cười, khóc trước tử sinh
thơ vẫn dịu dàng theo thư về hậu tuyến
gởi người em gái nhỏ chân phương
thơ cũng đã bừng lên cuồng nộ
giữa tên bay đạn nổ pháo vươn nòng

thơ tận tụy trung can và nghĩa đảm
mang tinh thần nghĩa sĩ lương sơn
đã giúp tôi biết người chân thật
hay đa ngôn xáo trá trở cờ
thơ theo tôi đến ngày tàn cuộc chiến
vẫn theo tôi buông súng vào tù
trong rào kẽm
nhục hình lao cải
thơ vẫn âm thầm son sắt vững niềm tin
thơ hằng sống và chúng tôi đã sống
chính nhờ thơ dù hơi thở tật nguyền.

Nay đã xa, xa vời cố thổ
đã biệt từ quê mẹ yêu thương
thơ vẫn vấn vương
theo tôi ngàn dặm lữ
vẫn khóc cười chia số phận ly hương
nay tôi đã bạc đầu râu tóc rụng
đã cuối đường khánh kiệt, đã hư hao
thơ vẫn là thơ
theo tôi không mỏi
thơ biến hình thành chỗ tựa lưng tôi.

Cám ơn thơ vì thơ là tất cả
thơ chính là Tổ Quốc Quê Hương.

Tháng tư bùn lấm dấu giày

vẫn là chuyện đời thường đời lính
chảy miên man trong ký ức nhạt nhòa
mỗi lần nhớ là mỗi lần rơi nước mắt
giọt lệ khô rụng xuống nụ cười buồn
nghe xương cốt trở mình lên tiếng gọi
là toàn thân đau nhức rã rời
nhớ những ngày tiền đồn biên tái
đêm hỏa châu giục vó câu dồn
dù núi rừng không là hoang mạc
vẫn mênh mông gió núi vùng cao

chuyện đời lính đời thường lặng lẽ
như dòng sông trôi
trôi miên man
người lính cũ dù đã xa cố xứ
vẫn không quên chinh chiến điêu tàn
giọt nước mắt rơi trong đêm quạnh quẽ
gói trọn bi thương một đoạn đời
thời gian qua không quay lại được
nhưng thực lòng không thể nào quên
trong bi uất còn nghe máu gọi
còn tiếc thương đồng đội hy sinh
còn sống sót là còn may mắn
dù đã qua nước đọng sình lầy
nhưng bùn nhơ vẫn còn vương vãi
theo bước chân lính trẻ đã già
trong nỗi nhớ mênh mang hồ thỉ*
vẫn quặn đau vì bước ngoặc tan đàn.

lịch sử sang trang
nhưng chứng nhân còn đó
là những người buông súng ngỡ ngàng
là những người sa chân tù ngục
là những người ra biển mù khơi
ôi! oan khốc một thời bão dậy
sóng gió phong ba
dập dồn thủy mộ
người biệt tăm người lưu lạc bên trời.

lòng những tưởng đã nhòa phai quá khứ
nào ngờ đâu vẫn còn đó quanh đây
những vết thương vẫn còn đau buốt
vật vã đời nghiêng theo những dặm dài
sao quên được một thời lửa đạn
đã hằn sâu trong máu dồn tim
sao quên được những cung đường chinh chiến
bên trời xa vẫn nhớ dõi trông mây
đêm lắng đọng tiếng từ quy* khô khốc
trong hoang vu vọng gió quê nhà
đêm ướt lệ lục tìm ngăn nhớ
quân sử chưa mờ chuyện lính sang sông.
chỉ tiếc là cao vời ước vọng
đã chôn theo ngày tháng lụi tàn.
chỉ còn mong quê hương quang phục
cho ta về hát khúc hoan ca.

ta từ quy ngàn năm nhớ núi
ta nhớ nhà và đất tổ đã xa.

* Hồ thỉ: cung và tên từ chữ tang bồng hồ thỉ
*Từ quy là chim đỗ quyên, cuốc, đỗ vũ
  chữ Hán: 杜鵑*) đỗ quyên: tử quy*

Hoa dù áo trận mũ xanh

Mãnh hổ xa rừng dù gió bạt*
Phiêu hốt bên trời mũ xanh xưa
Đồng đội tôi ơi! Ngàn xa cách
Khói lửa binh đao một thuở nào.

Hằng đêm thao thức cùng hoang mộng
Trên những chiến hào loang máu tươi
Tuổi trẻ điêu linh ai còn nhớ
Nay đã bạc đầu sương trắng rơi.

Lại thêm đau nhức toàn thân thể
Xương cốt trở mình như khóc than
Tỉnh mộng bàng hoàng ngơ ngác hỏi
Bốn mươi năm lẻ đã qua sao?

Chao ôi! Nhớ quá miền quê mẹ
Thôn xóm nghèo nhưng đậm nghĩa tình
Ai qua đường cũ ai có nhớ
Lắc lẻo bên sông chiếc cầu tre.

Vào mùa nước nổi không đi được
Trắng đục màn mưa vẫn đến trường
Nhờ Mẹ nắm tay qua cầu khó
Từng bước bước theo mẹ nhọc nhằn.

Ai nhớ khói chiều vương mái bếp
Làng trên thôn dưới tiếng trâu về
Trẻ còn mê mải trên đê gió
Gởi cánh diều bay mộng chân quê.

Từ độ chiến trường lên tiếng gọi
Thanh niên nam nữ đã lên đường
Tiếng trống trường thành xưa còn vọng
Giục giã liên hồi khắp bốn phương.

Tôi thành mãnh hổ bay qua núi
Lội suối băng rừng vượt đồi cao
Bao lần chia lửa cùng đồng đội
Giày sô còn in dấu gian lao.

Cuộc chiến chưa tàn thời đã tận
Lệnh hàng như sấm động bên tai
Thì ra thắng bại thời chinh chiến
Quyết định nằm trên một bàn cờ.

Từ đó là xa quê biền biệt
Xa nhà xa nước xa núi sông
Mãnh hổ không dù lê lết mỏi
Bên trời bi hận phận long đong.

Giờ đây sức tận thân cùng kiệt
Chợt nhớ người xưa, chiến hữu xưa
Tiếc thay cánh gió không dừng lại
Dù rách thân treo giữa bi hài.

Mãnh hổ gần xa ơi, hãy nhớ
Hoa rừng áo trận nón xanh xa
Dù thân mạt, vận trời xa lạ
Da vàng máu đỏ vẫn là ta.

Và luôn tâm niệm quê hương mẹ
Vẫn ở trong tim rất tự hào.

Hình ảnh phù hiệu LLĐB

Còn mơ một thuở kiếm cung

Giữa lốc xoáy hồng trần đời gió bụi
Ta hạt sầu còn bám mái hiên tây
Vẫn còn mơ nắng mưa rào đông á
Đợi gió chuyển mùa bạt sóng đường mây

Ta vẫn đứng bên bờ xa xứ lạ
Mang phận người lạc bước sống tạm dung
Vẫn ngẩng cao đầu nhìn trời cao rộng
Và vẫn mơ bạt kiếm giữa rừng gươm

Ta vẫn thấy bóng cờ trên lưng ngựa
Vó câu dồn trống giục tiếng quân reo
Ta đã qua chiến chinh đầy lửa đạn
Thương tích còn rỉ máu tụ bầm đen

Ta hy vọng vẫn mong và thất vọng
Vì rừng xưa đã khép chiến chinh tàn
Nhớ thuở buông dao tay lìa súng đạn
Lại bước vào tử địa với cùm gông

Và từ đó là thân tù lao cải
Rừng hoang vu mưa gió cắt thịt da
Là đêm tối kín trời ta mù mắt
Lê chân trần vượt dốc mấy lần qua

Ngày nối ngày từ mười năm lính trận
Đổi mười năm trong lao ngục kinh hoàng
Ta thoát chết về đời ngày gió hú
Giữa phố phường ngơ ngác bước lang thang

Trở lại nhà điêu tàn nghiêng mái trốc
Cửa khóa ngoài thêm bảng niêm phong
Hỏi láng giềng gần xa không ai biết
Vợ con nay phiêu dạt tận phương nào

Và từ đó ta vào nơi gió cát
Khắp đông tây ngõ ngách khắp ngọn nguồn
Ta khách lạ say bên đời bát nháo
Hát nghêu ngao như một gã khùng điên

Nhưng người điên sao lại còn biết nhớ
Khi đã ngất say sao vẫn biết buồn.
Có lẽ ta còn mơ về quá khứ
Như tro than còn đỏ dưới điêu tàn

Thân bách chiến nửa đời xưa lỡ vận
Cung gãy kiếm cùn lạc bước đường mây.

Vết cắt

Người lính cũ sau ngày quá hải
Sống tạm dung nóng lạnh quê người
Đời xiêu đảo tha phương cầu thực
Lệ đã khô trên những nỗi buồn

Lòng u ẩn nhớ hoàng hôn đỏ
Loang máu tươi trên biển nộ cuồng
Người tìm sống trên đường sinh tử
Chết thủy trầm hay vượt thoát phong ba

Người thoát chết thành người ly xứ
Người thủy trầm nhập thủy môn quan
Đau nhức tiếc chưa hề biển lận
Lại thành người khánh tận lưu vong

Là trống không giữa trời vô tận
Từng bước chân vô định không nhà
Là đêm đen không trăng dẫn lối
Ngày lạc đường sa mạc hoang vu

Bỗng một ngày giật mình thảng thốt
Đã bạc đầu tóc trắng sương phơi
Hờn ly xứ khắc trong xương tủy
Vẫn còn nguyên vết cắt để đời

Tiếng thở dài sâu trong tiền kiếp
Từ ngàn thu vô vọng tuyệt mù.

Vàng hoa điên điển

Mùa bông điên điển vàng lên
Xa nhà ly xứ chẳng quên quê mình
Đất cuối việt dấu ân tình
Còn nguyên kỷ niệm ảnh hình không phai
Thời gian qua tháng năm dài
Mà sao lòng vẫn nhớ ngày thương đêm
Cái răng sông nước êm đềm
Hội trăng xóm chợ vui thêm quên về

Mùa bông điên điển vườn quê
Nhớ canh Mẹ nấu nhớ ghê quê mình
Bao năm xiêu dạt bóng hình
Nhớ ơi là nhớ Mẹ mình quê xa
Giờ này tóc bạc sương pha
Mờ trông cánh nhạn bôn ba chưa về
Chắc là lòng Mẹ tái tê
Chiều hôm tựa cửa mải mê nhớ người

Mùa bông điên điển thắm tươi
Nhớ hoa, nhớ Mẹ nụ cười vàng lên.

xin đừng khóc van em đừng khóc nhé
nước mắt là những hạt trân châu
nước mắt là xích xiềng khó gỡ
khiến anh hùng" nan quá mỹ nhân quan."

Ý-yên

Tình yêu em... là đại dương sóng vỗ
cuồng nộ trong anh và cả ngoài anh
tình yêu anh là hỏa sơn chực nổ
sau trăm năm yên ngủ như nấm mồ

Thôi thì sóng hãy ru ghềnh đá nhé
cho hỏa sơn dịu lại giữa nắng hè
nham thạch sẽ nguội dần theo năm tháng
lời nguyền trôi như sóng chở câu thề
về với những tâm hồn đang đơn lẻ.
với riêng anh đang ngộp thở trong mê.

anh mơ thấy một vầng trăng huyền hoặc
minh nguyệt vây quanh không sáng ngôn từ
là trái tim trong ngục tù tỉnh thức
em và anh cùng soi ngọn đuốc mù
như bóng hình không rời nhau gang tấc
bóng không hình mình ngả ta nghiêng.

Ngộ

Ta như chiến mã già
Đã qua bao dặm khổ
Ngang dọc thảo nguyên xa
Nhớ một thời tung vó

Đã qua bao dốc khó
Đạp bão lửa chiến chinh
Vượt sình lầy châu thổ
Qua trận địa quân hành

Vẫn giữ lòng trung liệt
Hào khí của riêng mình
Soi bóng chiều nửa mặt
Mặc sức tàn điêu linh

Thời gian không ngừng thở
Chí lớn vẫn chưa về
Thảo nguyên xa có nhớ
Chiến mã trong cơn mê

Nửa đời qua đã mất
Chỉ còn nguyên tấm lòng
Tạ ơn trời và đất
Dù vẫn còn lưu vong

Ta như chiến mã già
Huyết trào vong quốc hận
Nay như người hành giả
Sắc không, một mộ phần.

Ơn

Cuối đường phiêu bạt em ơi
Vẫn chưa trả được ơn đời ơn em
Ơn đời có ngày có đêm
Ngày vui nắng tới đêm ngời ánh trăng
Ơn em áo cũ bao năm
Vẫn cùng anh sánh bước trần ai chung
Đường gian nan khó khôn cùng
Tình em vượt dốc chưa từng phân vân
Làm sao đi hết đường trần
Ơn em chưa trả vẫn cần có nhau
Từ xanh tóc đến bạc đầu
Ơn đời còn thở tình sâu không mờ
Ơn người là thật không mơ
Ơn em còn nặng như hơi thở buồn.

Mai kia bóng tối chiều hôm
Em ơi anh vẫn muôn lần cần em.

Đông

Xin mùa đông tuyết đừng rơi
Cho người ấm lại bên trời lưu vong
Cho đời bớt những long đong
Cỏ cây hoa lá trải lòng hương hoa
Mai sang xuân nắng chan hòa
Mong tình người sẽ thật thà tương thân
Sự đời chỉ là phù vân
Chân tâm an tịnh phong trần sắc không

Cuối năm

Những ngày cuối năm
Thế giới tràn đại dịch
Nhưng nhà nhà vẫn cố gói niềm vui
Trong kích cỡ của lòng người độ lượng
Để chia nhau một chút tình thân
Những mùa qua thời gian như ngừng lại
Trong lo âu cho những phận người
Trong giãn cách gần xa giới hạn

Giới truyền thông tràn ngập tin buồn
Người không vui nhà không vui, niềm tin lở lói
Như nước xoi mòn tín ngưỡng nhân gian
Nhưng cuối cùng cuối năm cũng đến
Nhân loại truyền âm Tết cận kề
Thế giới Đông Tây cùng Nam chí Bắc
Gió lạnh sắt se nắng èo uột thở
Người gọi người cố gắng vượt qua
Trên dốc đời tôi nhìn tôi lạ quá
Muôn hoa xuân cũng cúi mặt làm ngơ
Tôi viết câu thơ
Sao không tròn chữ
Ý nghĩa đời như hoa tuyết bay

Chợ ba mươi lệ thường rất vắng
Nay phố phường hiu quạnh vắng thêm
Vọng nhớ quê hương
Lời than như thác đổ
Vẫn phải nghe tin nhà thê thảm
Ở trời tây cũng u uất thế thôi

Nên em ơi cuối năm đừng trách
Sao không thư không quà cáp gởi về
Sao không nhắc bánh chưng dưa đỏ
Sao không nghe rộn rã pháo hồng
Đêm ba mươi là đêm tống cựu
Sao cựu y nguyên tân chẳng thấy về
Đại dịch đại dịch mấy năm hề
Chưa dứt
Nên lòng người vẫn bứt rứt không yên

Những chiếc khẩu trang hẩm hiu trên phố
Những tiếng ho ngắt quãng vẫn còn
Thương những đời vốn không nhà bất định
Hứng phong sương không chỗ che đầu

Những ngày cuối năm
Buồn rơi tờ lịch
Niềm vui nào trọn vẹn người ơi!
Hơi thở ấm trở thành buốt lạnh
Người bên người sao tựa xa xôi

Chiều cuối năm
Quẩn quanh u uẩn
Biết Tân niên có trọn niềm vui
Tôi chào tôi lòng còn trắc ẩn
Tự hỏi buồn qua, vui mới có về
Sông nước vẫn trôi, mây trời biến hiện
Có rồi không cũng đã trần ai
Nhưng dù sao
Cũng chào cuối năm lần nữa
Hy vọng mai vui Tết mới lại về

Tháng 12/ 2021

Gió ngược

Gió ơi gió! Thôi đừng xào xạc nữa
bụi Trúc vàng đã xơ xác cành khô
gió ơi gió! Thôi đừng hát nữa
theo tiếng đời rệu rã bước sông hồ
trên dốc núi bóng người qua. đứng lại
mắt vô hồn như tượng đá trăm năm
có tiếng chim xé trời khi lạc bạn
vọng núi xa vách đá cũng nghiêng xiêu
trong bóng chiều chập chờn chút nắng
như giỡn mặt đời đêm tối lên
hoa xếp cánh lá rũ cành lặng lẽ
đã chiều hôm
sương trắng bạc tóc sầu
lòng sao vẫn ngẩn ngơ theo gió hú
từ hoang tàn quá khứ nào xa
từ bếp lửa hắt hiu trong ký ức
mái tranh nhà xiêu vẹo tháng năm qua
khói lam chiều một thời có mẹ
có hương nồng hoa bưởi hoa chanh
giàn thiên lý quanh năm xanh biếc
hoa cau già rụng trắng vườn sau

ta những muốn trở về thăm quá khứ
đã bao năm chắc đã điêu tàn
cây bông sứ có còn bên mộ Mẹ?
hay cũng rã rời theo xác hoa rơi!
giọt lệ thừa như giọt mưa trên lá
chỉ nhìn qua cũng buồn quá đi thôi
giọt lệ rơi trên đời trôi nổi
có được gì ngoài nỗi nhớ liên hồi
lòng tưởng tiếc.
tiếc là đáo hạn
vẫn chưa về thăm lại cố hương
trời vẫn gió vẫn xào xạc lá
đã cuối Thu vàng lá nâu khô
đứng trước gió
gió chuyển mùa se lạnh
từ lòng ta hay từ gió đông về.

bên bờ quạnh
vẫn hiu hắt gió
ta và ta cười khóc với đời trôi
gió ơi gió! thôi đừng thổi nữa
cho lòng ta tâm tịnh với nhan hồi .

Điệpmỹlinh

Điệp trùng sóng vỗ ngàn khơi
Mỹ miều sông nước mây trôi bềnh bồng
Linh hồn hoa biển mênh mông
Còn ngời sắc thắm còn mong dáng thuyền
Bến xưa lau lách ngủ yên
Sao còn tiếng gió oan khiên một thời.
Một thời hoa sóng biển khơi
Màu xanh tóc biếc bên trời xuân xa.

Hỡi ơi! Hoa sóng nhạt nhòa
Thuyền ra biển lớn mình ta nhớ người.

Đông Xuân lại nhớ Như Phong

Ông đồ trẻ bên cổng thành còn khép
người bế quan ai mở cửa lòng
thành quách rêu phong
người vừa sơn phết lại
sao lòng ta vẫn hoài niệm xa trông
kinh đô cũ giờ thành phố mới
những ngả đường nhà chắn ngõ chia
bắc môn còn khép
nam môn mở
tây môn vời vợi nhớ đông môn
nét bút vờn bay chiêu hồn khách
lau lách buồn trông đợi trăng về

lớp bụi thời gian trùm phế tích
một ông đồ trẻ gọi thiên thu
thơ bay lời múa chân du tử
ngàn dặm nhân sinh vạn dặm buồn
ông đồ trẻ
trên đường đời lỡ vận
bên cổng thành chấp bút chờ ai
vẫn rét run khi mùa đông tới
nhớ hoa đào năm cũ đã tàn phai
ông đồ mới như pho tượng cổ
hồn đá trăm năm mộng rã rời

thơ bay lời múa thành vẫn khép
giữa cõi ta bà chẳng tịnh yên
mượn rượu chiêu hồn muôn năm cũ
về tiếp sức ta cuộc lữ này

hỏi ông đồ trẻ phương xa ấy
có chia giùm thêm chén rượu cay
mặc ngọn đông phong tràn xuân mới
giấy nhàu mực lạnh khói như mây.

Tím

Bên em hoa tím hoàng hôn
Bên anh lá nắng vàng chôn cuối trời
Tím em như lục bình trôi
Vàng anh hoa cúc bên đời ly hương
Sáng chiều luôn mãi vấn vương
Bốn mùa chia cách cách hai đường nắng mưa
Tím em sương phủ ngàn xưa
Vàng anh lá úa nên chưa vừa lòng

Nhắc làm gì đời bềnh bồng
Khi còn say tỉnh sắc không phận người.
Tím em lòng vẫn sáng ngời
Vàng anh nắng ngất bên trời man man.

Vàng

Bên em hoa tím chiều tàn
Bên anh hoa nắng võ vàng tìm nhau
Tím xưa biêng biếc sắc màu
Anh xanh xưa lỡ mộng đầu gió bay
Cuối đời vẫn là trắng tay
Hoa xưa còn tím chờ ngày nắng lên?
Hay là cũng đã lãng quên
Bên đời hoa rụng níu thềm hoàng hôn

Nhắc làm gì đã chiều hôm
Bước chân vô định mượn hồn thương vay
Tím em như huyễn mộng đầy
Vàng anh giọt đắng lệ cay nhớ người.

Lan uyển

Lan uyển vườn xưa hoa tím biếc
Trúc đào ngõ cũ lá vàng bay
Chỉ nhớ chút thôi lòng cũng đã
Như mây xuống thấp đón Thu đầy

Bàng bạc sương khuya hay nắng sớm
Cũng nhớ về nhau mùi hương bay
Biển vắng bãi xa ngàn sóng nhảy
Bên này bờ nhớ gió chiêm bao

Đã bao năm nhỉ, lòng cứ ngỡ
Như mới hôm qua mới đây thôi
Ước vọng cõi người dài thêm mãi
Thời gian chỉ một thoáng đổi đời

Mộng mị chiêm bao lòng thổn thức
Tỉnh ra mơ vỡ, mộng tan rồi
Chỉ còn sương khói mờ nhân ảnh
Chén rượu càn khôn ai rót đây

Cứ cạn, cạn thêm đầy số phận
Giọt lệ nào rơi phút chia tay
Năm tháng đã xa tình vô tận
Nên vẫn còn nguyên nỗi nhớ này

Lan uyển vườn xưa hoa dầu héo
Trúc đào ngõ cũ gió vẫn reo...

Cứ ngỡ như là

Một thuở ngỡ yêu tâm không tịnh
Ngồi đứng không yên bước gập ghềnh
Bóng ngã hình xiêu tâm bất định
Có phải yêu đâu mới thôi mà!

Chớm nhớ chớm thương lòng quay quắt
Chờ mãi gió trăng chẳng đến thềm
Bên đèn đọc sách đau hồn chữ
Chữ nát vì ta thức tàn đêm.

Chỉ có vậy thôi rồi cách biệt
Tiếc là chưa chạm được môi êm
Chưa đưa vai ấm cho người tựa
Chưa dám ngỏ lòng trong bóng đêm.

Nỗi nhớ theo ta tràn mộng mị
Mười năm phong nguyệt vẫn vời trông
Cứ ngỡ như ngày xưa hoàng thị
Theo em nhịp bước đến cổng trường.

Chỉ tiếc thời gian không dừng lại
Rêu phong bao phủ kỷ niệm mờ
Bất chợt một ngày trong bóng nắng
Thấy dáng ai qua thoảng hương đưa.

Ngờ ngợ nhìn nhau không nói được
Điều gì gợi nhớ điệu ru xưa
Vì đối diện là dung nhan lạ
Người bạc tóc sầu ta dài râu

Thì ra thương tưởng và thực tế
Đã khác nhau nhiều sau cơn mê.

Phụng xưa

Nhớ xưa tóc queue cheval
Qua sân trường nắng gió tràn niềm riêng
Gốc Phượng vĩ khắc nỗi niềm
Câu thơ xanh biếc rụng thềm hoa niên
Nhớ xưa ánh mắt Phụng hiền
Nhìn đời từ nét chữ nghiêng tuyệt vời
Sân trường trống giục giờ chơi
Ta ngu ngơ đứng ngắm người tròn trăng
Thả hồn mơ mộng tơ tằm
Tơ còn trong kén sợ rằm nguyệt phai

Người sang sông chuyến đò dài?
Ta ra mặt trận thương hoài dáng xưa
Cho dù nói mấy cũng thừa
Bờ kia bến mới ướt mưa bờ này
Từ dạo ấy hụt tầm tay
Ta như mây trắng vẫn bay ngang trời
Biết người có trọn cuộc chơi?
Hay là cũng đã tơi bời lá hoa
Bao mùa gió biển thổi qua
Gốc hoa Phượng cũ có còn nhớ ta.

Thời gian gió chướng nguyệt tà
Làm sao níu lại xanh xa thuở nào.

Sài gòn ngày đại dịch

Đi giữa sài gòn đêm đóng cửa
Đường vắng bóng dài trải quạnh hiu
Chợt nhớ phố xưa ngày nhộn nhịp
Chiều lên tóc rối gió muôn chiều
Tiếng guốc còn vang trong ký ức
Vẫn gõ nhịp đều theo bước chân
Nay qua trường Luật hàng me rũ
Đã khuất trong đêm bóng tối mờ
Nóc giáo đường cao như nghiêng xuống
Nghe gió mang theo tiếng thở dài

Đường vắng
Đèn đêm nhớ còi xe
Những ngày tấp nập bước đi về
Cuối tuần nắng quái tràn khắp lộ
Còn lắm cảnh đời ngất trong mê
Ông lão không nhà chân cao thấp
Bé ngủ bên đường chiều vắng hoe
Nắng rọi trên bờ vai thiếu phụ
Gánh hàng rong ế nặng ê chề
Có tiếng gậy khua trên hè phố
Người mù bán vé số hên xui
Số hên sao thấy xui tận mạng
Chiều nay cơm cháo biết nhờ ai

Cơn gió lướt dài trên đường vắng
Rác bay tung tóe khắp lối buồn
Người phu hốt rác không còn thấy
Khi đường ngăn lối ngõ chăng dây
Những chiếc khẩu trang rơi rải rác
Vẫn có người qua nhặt để dùng
Trời ơi dịch bệnh hay người bệnh
Mà sao bệnh viện khóa trong ngoài

Ơi ông nhà nước ông có thấy
Nghịch cảnh đời dân giữa dịch này
Ơi ông nhà nước ông có biết
Dân đói ông vui rượu thịt đầy
Ơi Ông nhà nước ông có nghe
Dân than oan nghiệt ngút trời mây

Đèn cao ốc sáng
Đường thêm tối
Tiếng nhạc lầu cao oan khốc vang
Khách lạ vãng lai trên đường vắng
Cũng ngậm ngùi than cảnh ai bày.

Đi giữa Sài gòn đêm đóng cửa
Mở lòng lại thấy xót xa đầy.

Chiều cuối năm

chiều cuối năm
ra vườn hốt lá
lá thu đông còn ngập đầy sân
ta hốt lá cho mầm hoa cỏ dậy
ai hốt đời ta cho hết bềnh bồng
những phiến lá như cuộc tình đã cũ
vẫn cố vươn lên cho kịp mùa sang
đâu có nhớ thu vàng là lá rụng
tình đã xa vẫn cố gọi về

ta hốt lá chiều cuối năm hốt trọn
như hốt lại ta sau tan tác năm qua
mai mồng một
sân vườn đầy nắng ấm
nhưng riêng ta vẫn lạnh một chỗ ngồi
tách cà phê đã nguội rồi từ thuở
người xa ta như lá xa cành

chiều cuối năm
chờ mai năm mới
ai chờ ta đầy những phong ba
chiều cùng kiệt nhưng ta ngời hy vọng
nắng mới về sẽ nhuộm sáng sân ta

biết đường xa dặm trường người có mỏi
như con tàu có còn nhớ sân ga
người có nhớ ngày đi không ai tiễn
ta gọi khan át tiếng còi tàu
ta chơi vơi như lá vàng trong lốc gió
ta ngạt hơi kích ngất giữa chiều tà
rồi từ đó là miệt mài miên viễn
ta như suối nguồn trông cá hồi về
đã bao mùa vàng lên lá rụng
đã bao lần ta hốt lá thu bay
nhưng hỡi ơi!
tàu đã lệch đường rây
nên ta mãi ngậm ngùi ôm tiếc nuối
Dầu biết rằng tờ lịch cuối gần rơi.

Khai bút

Mùa Xuân nước Mỹ tuyết rơi
Mùa Xuân quê Việt nắng phơi hiên nhà
Tiếc là hai phía chia xa
Ta đây người đó vẫn là phân ly
Vì đại dịch ngăn đường đi
Nên xuân này biết chúc gì cho nhau

Thôi thì chúc hoa thắm màu
Cỏ cây vui nắng trước sau rực vàng
Chúc cho nô nức rộn ràng
Vẫn còn đây đó dẫu ngàn dặm xa
Chúc người tình vẫn đậm đà
Chúc ta cạn chén lời ra rượu vào

Chúc nhau như mới ngày nào
Tâm xanh biếc ngọc tuổi cao hề gì
Chúc mãi gần chẳng biệt ly
Thân tâm an tịnh xuân thì vây quanh
Chúc nhau khúc phương nam hành
Dẫu mai về lại hóa thành cố nhân

Mùa Xuân xa mới lại gần
Khai tâm khai bút nối vần thêm câu.
Cho mùa đại dịch qua mau
Cho tình người lại trước sau đậm đà
Mặc trời tuyết trắng sương pha
Trong ta vẫn có quê nhà nắng vui.

Chúc xuân sao thoáng ngậm ngùi
Thì ra xuân vẫn ngủ vùi trong mơ.

Đầu năm

Đầu năm cơn gió tạt ngang
Vàng lên nắng lụa trải lòng tân Xuân
Người qua ngày cuối phong trần
Còn lưu dấu cũ tình thân vẫn cần

Đầu năm lại thử ghép vần
Viết lời chúc phúc chia phần như nhau
Gởi người trước tặng người sau
Lời nào để lại cho sầu rụng rơi

Đầu năm hoa nở lá cười
Tình khô xác lạnh ngoài tươi trong tàn
Vẫn là nỗi nhớ miên man
Những xanh xuân cũ mùa sang ai chờ

Đầu năm khai bút bâng quơ
Khó lòng viết lại câu thơ chưa tròn
Phải chăng mực cạn bút mòn
Tình thơ ý chữ vẫn còn trái ngang

Đầu năm tờ lịch sang trang
Dường như có tiếng khẽ khàng rụng rơi
Thôi đành viết lại chữ thời
Mượn xuân nắng mới hong phơi cuộc tình

Đầu năm tự nói với mình
Khai tâm khai bút vẽ hình hoa xưa
Tự dưng mưa tạt song thưa
Ướt trang giấy mới mực chưa thấm màu

Đầu năm nhắn gởi trước sau
Làm gì cũng phải viết câu hạnh toàn
Tiếc là mưa tạt mưa tràn
Đời xiêu chữ thẳng Xuân sang hững hờ.

Đầu năm đành viết chữ chờ
Xuân sau khai bút vẽ cờ Việt ta.

Thơ rơi ai nhặt giữ giùm

Đi
Thuyền hoa chuyển bến sang sông
Người trăm năm đợi cũng không quay về
Tình theo gió thổi tứ bề
Hình qua bến lạ bóng đè mất tiêu

Về
Bờ xưa lau lách hoang liêu
Còn đây bến cũ người phiêu dạt về
Vóc hình xiêu dáng não nề
Sông đời sóng bạt tâm mê trí cuồng

Hoang tưởng
Muốn làm cá vượt triều cương
Sắc vô kiềm tỏa lại vương vấn tình
Dù tình vận với điêu linh
Cũng cam lòng chịu mặc hình bóng tan

Và buông
Ngửa tay hứng hạt mưa rơi
Khác gì hốt giọt lệ đời còn vương
Buông tay thả trái vô thường
Tự dưng sao lại nghe thương nhớ về

Thử
Đổ câu lục bát ngô nghê
Vào trong hũ rượu hương mê đắm người
Vớt ra giọt thiếu thừa rơi
Thừa tình nhưng lại thiếu người năm xưa

Cùng thơ
Bài thơ viết giữa chiều mưa
Vần lầm ý lạc vẫn chưa trọn lời
Mưa rơi từng giọt mưa rơi
Lung linh nỗi nhớ trời ơi tại người

Lời nhắn hồ thụy mỹ hạnh

Hồ trường biết rót về đâu
Thụy miên ngọc biếc ngàn sau không mờ
Mỹ miều lời vận ý thơ
Hạnh phùng nối nhịp cầu mơ đôi bờ

Người ơi xin chớ hững hờ
Ngày qua tháng lại có chờ ai đâu
Về mau xin hãy về mau
Chiều lên nắng tắt tóc sầu rụng rơi

Ngoài kia bóng tối hiên đời
Khó lòng viết trọn lời thơ tặng người…

Xuân lặng

Mùa xuân trong mắt ai buồn quá!
Hoa nở kém tươi lá nhạt màu
Trời mây chùng xuống như nhớ nắng
Nắng đã đi hoang lạc về đâu

Mùa xuân trên đỉnh đông tàn gió
Gió ngược đường bay gió ơ hờ
Cội đào trước ngõ như hoang lạnh
Phờ phạc nhánh cành sương trắng mờ

Mùa xuân đã đến bên thềm vắng
Nắng gió đường xa vẫn chưa về
Bên hiên đời lạnh ta ngóng Tết
Vị Tết ngày xưa ngất trong mê

Muốn nói chuyện vui ngày năm mới
Nói được gì đâu giữa bộn bề
Quẩn quanh cũng chỉ là tình nhớ
Nhớ Mẹ nhớ em nhớ bếp quê

Nhớ ruộng nhớ vườn xa xưa ấy
Hoa cau hoa bưởi trái cây đầy
Gốc bồ kết cũ còn hương ngái
Ủ tóc Mẹ thơm nức mái đầu?

Biết Tết năm nay mùa đại dịch
Cấm nhà ngăn ngõ có còn không?
Những phiên chợ cũ thường nghẹt lộ
Nở rộ hoa tươi lối hàng bông?

Phiên chợ ba mươi chiều đã vãn
Người bán kẻ mua nay về đâu
Cảm hoài cảnh cũ lòng thương tiếc
Đại dịch ba năm trắng mái đầu

Quê nhà còn đó. Còn phong tỏa
Nỗi sợ tràn lan khắp nẻo đường
Người đối mặt người hoài nghi quá
Có mắc dịch không hay bình thường?

Chiếc khẩu trang xưa che gió bụi
Nay ngăn mầm dịch bệnh lây lan!
Ngăn luôn những người xa phiêu bạt
Những ngày năm cũ đợi xuân sang

Mùa xuân trong mắt ai buồn quá!
Hiu hắt ảnh hình gió lạnh qua
Từ bắc bán cầu xa cố quốc
Lòng riêng nhưng nhức nhớ gì đâu

Gì đâu như thể lòng đầy tuyết
Lạnh thấm thịt da rát mặt người
Vậy mà còn chịu còn chịu được
Chỉ nỗi nhớ quê vẫn không rời.

Mùa xuân trong mắt ai buồn quá!
Viết lại đôi câu để ru đời.

Mai mùa Xuân

Chiều ba mươi. Chiều cuối năm sắp hết
Mai Tân Xuân hoa có nở vườn nhà?
Bóng mẹ xưa chắc còn bên bếp lửa?
Hay quẩn quanh thềm trước lẫn hiên sau

Lòng nhưng nhức như sầu lên vạn cổ
Chỉ mong về thắp tạ nén nhang thơm
Trước di ảnh Mẹ Cha giờ đã khuất
Nhưng Tết nào lại chẳng nhớ âm thầm

Ơn Phụ Mẫu soi đời ta tăm tối
Đã bao năm xa biền biệt quê nhà
Giữa thời buổi nhiễu nhương loạn thế
Ơn Mẹ Cha đã giữ vẫn chưa tròn

Sáng đầu năm giữa trời Xuân hiu quạnh
Ta nhìn ta gió lạnh vẫn quanh đây
Hương trà thơm vừa rót ra đã nguội
Ai uống giùm ta chén đắng còn đầy

Đã bao năm xa. Dần xa quá khứ
Đã bước qua bao dặm lữ chông gai
Thân thất thế nhà tan và nước mất
Có còn gì ngoài những nỗi bi ai

Nhưng Xuân đến. Vẫn là mùa Xuân đến
Hoa sẽ nở tươi đón nắng lụa vàng
Ngày sẽ mới như chưa hề biết cũ
Gió sẽ reo cho xuân thắm rộn ràng

Năm mới đến ta lại thêm tuổi mới
Tóc bạc dần nhưng lòng vẫn thanh xuân
Chân vẫn bước trên đường dài viễn xứ
Dù lòng riêng vẫn nhớ quá quê nhà

Lòng vẫn hẹn mai về thăm cố thổ
Thắp nhang thơm bái lạy kính Mẹ Cha
Ướp đầy hoa cho nhà thêm hương ngát
Mở cửa ra cho nắng mới tràn vào

Trước bàn thờ Gia tiên ngày Tết mới
Dâng tâm tình tưởng kính sâu xa
Dâng lời nguyện cho nước nhà AnThịnh
Để ngày nào cũng mãi mãi xuân ca.

Từ ngàn xa tâm thành xin bái vọng
Cho cây ta không quên gốc Việt nhà.

Ý ngỏ

Mười bốn tháng hai
ngày tình yêu
ngày anh góp mặt
khóc cười thế nhân

vậy thì

chúc em vẫn mãi dịu êm
vui trong lặng lẽ đời thêm ngọt ngào
lễ tình nhân sáng ngàn sao
sáng từ nỗi nhớ thuở nào xanh xa
cám ơn em vẫn trong ta
ấm tình quê Việt ấm qua xứ người.
lễ tình nhân hoa thắm tươi
giữ giùm anh nhé nụ cười vàng tâm.

và tự tình

Lễ tình yêu sinh nhật tôi
sao tôi lại quá lôi thôi thế này
người vui như cánh hoa bay
tôi buồn theo ngọn gió say mất hồn
lễ tình nhân tôi hoàng hôn
ngày sinh tháng đẻ đã chôn lâu rồi
mới hôm qua vui chào đời
hôm nay đã vội buồn khơi nỗi sầu

lễ tình nhân dấu yêu đâu
ngày sinh không chỗ gối đầu hài nhi
nửa đời trước nát xuân thì
nửa sau còn lại biệt ly quê nhà
dấu buồn theo vết xe qua
bao nhiêu dặm lữ cũng là lưu vong
niềm vui sinh nhật ai mong
riêng tôi vẫn mãi long đong phận người

lễ tình nhân lễ tuyệt vời
ngày sinh tôi lại lạc đời biển dâu.

Hưu chiến đồn xa

Chạng vạng chiều xuân. đêm mê thiếp
vọng tiếng pháo xa lại nhớ gần
pháo xuân ngày tết hay pháo địch
nổ chụp trên đầu sập hầm sâu
địa đạo vây quanh đồn biên tái
heo hắt đêm xuân. mắt mở trừng
bên kia biên giới hoang mang gió
cỏ tranh xào xạc. địch bên mình
rờn rợn vây quanh từng giây phút
căng mắt trông lên sương mù trời
ôi đất biên cương.
biên cương thổ
hỏa châu leo lét ánh sáng mờ
đêm đợi địch lên đêm chập choạng
ta cũng dật dờ như người say
súng vẫn trong tay
đạn lên nòng sẵn
hơi thở dồn buốt lạnh tứ chi
đêm ngưng bắn. đêm xuân ngưng bắn
nhưng ma trơi quỷ dữ vẫn rập rình.

tiếng đàn quen nhẹ rung cần gỗ
hưu chiến rồi sao lạnh ngắt âm thanh
ta ngồi đây đêm im tiếng súng
dõi mắt trông lên. vọng trời xa
xuân biên tái. nhớ về quê mẹ
tết không ta ai ngóng em qua
tết không ta ai chăm sóc mẹ
khi chân xiêu gối mỏi lâu rồi
chắc mẹ vẫn rán ngồi bên bếp lửa
hong nỗi nhớ con. chiến trận còn.
đêm hưu chiến tiền đồn nhớ mẹ
mẹ, mẹ ơi! xuân vẫn chưa về.
tiếng đàn đêm trên đồn biên tái
giọt rụng rơi trên thép súng lạnh căm
biết ngày mai xuân còn hưu chiến
hay sẽ là lâm trận đối tử vong

đêm sâu thẳm. hay hồn ta sâu thẳm
hỏa châu buồn vừa chạm đáy hư vô.

Hồn cát

Ta vẫn nghe gió ru hồn cát
Trên hoang vu sa mạc cuộc đời
Ta vẫn nghe tiếng vang vọng lại
Từ trăm năm mòn mỏi đi về

Sa mạc xa vẫn còn nguyên hồn cát
Rải lời ru trên những hoang vu
Đêm sâu thẳm ngàn sao hờ hững quá
Ánh sáng nào soi dấu chân xa

Ta đi giữa cuộc đời trăm ngàn lối
Có khác gì hoang mạc giữa ta bà
Hoang mạc là đời
Giữa thời vô cảm
Người nhìn người sao nguội lạnh từ tâm

Đất nước ta qua trầm luân chinh chiến
Đã hòa bình sao người vẫn hại người
Người dân ta sao cười không thành tiếng
Chỉ nghe như hoang mạc sói tru.
Ta nhìn ta cũng là vừa đủ
Để nhìn ra hoang mạc cuộc đời
Mới biết đó đây ngàn xưa là phố thị
Qua thời gian đã hóa cát tuyệt mù.

Chút hoài niệm từ linh hồn cát
Mới ngộ ra tất cả chỉ phù du
Nên hỡi người, hỡi đời vô cảm
Hãy nhìn nhau bằng nhân bản chân tâm
Vì tất cả là dấu chân trên cát
Bụi thời gian rồi sẽ xóa mờ
Chỉ còn lại linh hồn như cát
Theo gió thiên thu khóc vọng về.

Hoa đào nở muộn

Cây đào năm mới ra hoa
Còn người năm cũ đã qua sông rồi
Về đâu hương sắc một thời
Ân tình gởi lại biển đời mênh mang
Mây trôi bèo dạt bẽ bàng
Thuyền nghiêng buồm rách ngược dòng phôi pha

Mùa xuân mùa của hương hoa
Mùa người sao lại nhạt nhòa phấn son
Nước không chảy đá cũng mòn
Theo chân nắng gió nỗi hờn chưa vơi
Ta ngồi gom lá hoa rơi
Khơi lên lửa ấm hong phơi cuộc tình

Cây đào năm cũ lặng thinh
Hoa bay tan tác bóng hình chơi vơi
Ai qua nhặt lại cho đời
Cổng thành đã khép cuộc chơi lụi tàn
Chỉ còn lại chút tro than
Ngậm ngùi hương lửa suốt ngàn dặm đau.

Xa người từ cuộc bể dâu
Ngỡ quên sao vẫn bạc đầu nhớ nhau.

Đào hoa y cựu

Hoa đào lại nở em ơi
Từ câu thơ cổ rụng rơi năm nào
Vẫn là y cựu hoa đào
Đông phong se lạnh đường vào lối ra

Cổng thành vẫn đứng chờ ta
Anh đây hoa đó đã là trăm năm
Đành về nhặt ánh trăng rằm
Đem hong nỗi nhớ chỗ nằm từng đêm

Thoảng nghe tiếng sáo dịu êm
Từ hồn hoa rụng nỗi niềm quạnh hiu
Ai thêu hoa thắm khăn điều
Gối đầu tuế nguyệt đã nhiều nhiêu khê

Chợt nghe tiếng cuốc gọi hè
Giật mình mới biết hạ về xuân qua
Nhìn nhân ảnh thoáng xót xa
Mới đây mà đã xuân già tóc phai

Hoa đào vẫn ghẹo trần ai
Tình xưa trong héo tươi ngoài ai hay
Từ thiên thu mộng còn say
Thoảng mùi hương cũ quất quay nhớ người.

Hoa đào năm cũ rụng rơi
Còn đâu xuân thắm giữa trời mây bay.

Trên dốc phố

Trên dốc phố người xuôi kẻ ngược
ta dừng chân sao thấy quạnh hiu
nắng tháng ba vươn ra như dải lụa
chưa ấm lòng ta đã chiều tà
ai đó bảo tuổi già là phế tích
riêng mình ta vẫn nhớ những người qua
và mất hút giữa dòng đời xuôi ngược
còn gì đâu nhân ảnh với hương hoa
nắng dồn nắng hong tóc sầu đã bạc
soi bóng dài trên dốc phố nghiêng xiêu
ta vẫn đi ngược chiều một hướng
những lối ra đã nghẽn tắc không thông

con đường lớn bóng ta lại nhỏ
gió không đưa ta nhập đường mây
nắng quái chiều hôm bùng lên rồi chợt vỡ
nhạt nhòa ta và cả bóng người xa
tiếng thở dài. dài theo dốc phố
nắng tháng ba không soi rõ mặt nhau
thì làm sao lùi về quá khứ
của một thời tay ấm trong tay
của một thời đắm say chất ngất
nay chỉ còn góc khuất khóc thương vay.

chiều qua phố lại nhìn lên dốc đứng
dốc còn nguyên mà người đã thụt lùi
như cuộc đời vẫn theo dòng chảy
còn ta
trống vắng với ngậm ngùi.

Cô Gái Ukraine

Hỡi cô gái Ukraine
Mắt xanh biêng biếc sóng
Tóc vàng như ánh nắng ban mai
Trong đông lạnh vững tay cầm súng
Quyết tâm bảo vệ quê hương
Hào hùng thay nữ nhi ra trận
Khói lửa chiến trường
Không làm em nao núng
Thì sá gì hơi lạnh gió đông

Em chống giặc quyết tâm chống giặc
Để mai kia xây lại những điêu tàn
Vì đêm qua địch pháo dập dồn
Và hôm nay địch công đồn đã viện
Nhưng đồn đâu ngoài trường học nhà thương
Nhưng viện đâu ngoài người dân dũng cảm
Cùng quân nhân sát cánh trước tiền phương.
Cuộc chiến tranh xảy ra trong thành phố
Chỉ tội người già và trẻ nhỏ thơ ngây
Khác nhau gì một lằn ranh biên giới
Đã có một thời thân thiết anh em

Hỡi cô gái Ukraine
Em đâu phải đang đứng trên mặt trận
Mà là đang trên một bàn cờ
Nga thí chốt
Người Ukraine chống địch
Em lên đường, tình nguyện tòng quân
Xếp bút nghiêng noi chí trai hùng

Cùng nam tử kề vai sát cánh.
Em không sợ mắt xanh không thắm nữa
Vẫn trông lên với ngạo nghễ kiên cường
Không hề run trước súng đạn bất thường
Em đứng thẳng khiến quân thù khiếp sợ
Chỉ còn đường buông súng vứt tàn y.
Nhưng chiến trận
Vẫn như dầu loang cháy
Hơn mười ngày lửa bỏng khói ngút trời
Nhiều phố phường bị thiêu rụi tan hoang
Người dân thường sống trong hoảng loạn
Trái tim nào không khỏi rưng rưng.
Chiến tranh, chiến tranh
Nào ai muốn thế
Vậy mà sao vẫn tiếp diễn không ngừng?

Hỡi cô gái Ukraine
Cả thế giới trông vào em đấy nhé
Biết bao người lên cơn sốt biết không
Biết bao người cầu nguyện với hằng trông
Cho tiếng súng lặng im trong tuyết lạnh
Cho lãnh tụ khắp nơi trên thế giới
Giữ tâm bình để thế giới bình.

Nhưng trước hết những người dân nhược tiểu
Vinh danh em lính trẻ Ukraine
Ngọn cờ đầu đối lực với bạo tàn
Đang phất phới trên bầu trời khói lửa
Niềm tự hào của những người yêu chuộng
Hai Chữ tự do chống chinh chiến tương tàn
Cờ chính nghĩa phải tung bay toàn thế giới
Từ tay em sẽ phất phới khắp trời cao.

Nước mắt Ukraine

Hỡi em bé Ukraine thôi đừng khóc nhé
giọt lệ chiến tranh em có hiểu gì đâu
những bàn tay chỉ dấu hòa bình
sao ngăn được đạn bom không có mắt
còn mắt em chưa nhìn đời rộng mở
thì giọt lệ kia còn lóng lánh kim cương
chưa vấy máu của người dân giữ nước
giọt lệ tinh anh
rơi từ mắt biếc
tuổi thơ ngây trong sáng dường nào
có đánh động lương tâm
có lung lay nhân bản
khi người với người còn giao chiến tương tàn

Mùa đông nước nga ngàn xưa vẫn lạnh
nhưng đâu bằng giá buốt Ukraine
khi lửa chiến tranh vẫn nóng cháy tuyết tan
người Ukraine ruột gan đau thắt
nhìn bé thơ ngây khóc ngất cạnh xác người
em bé lên xe theo dòng di tản
có hiểu gì đâu
cũng đưa tay chào vẫy
vẫy tay chào mà rưng rưng giọt lệ
người vợ tiễn chồng
lên đường ra trận
cũng nhạt nhòa giọt vắn giọt dài
thương xót kề vai
thương nhau thống khổ
chiến tranh ơi! sao để thế nhân sầu?

hiện tại tương tàn nhớ về quá khứ
thương dân người và thương cả dân tôi
lịch sử chiến tranh luôn luôn lập lại
ở bất cứ đâu trên thế giới này
từ đông bắc âu xa
hay cực nam biển cả
sa mạc mênh mông hay rừng già núi thẳm
đại lục nào mà không có chiến tranh
khi con người còn muốn hơn người
khi lòng tham còn cao hơn dân trí
thì giá trị bạc vàng là định nghĩa hơn thua
thì mộng bá đồ vương
muôn thuở vẫn mãi còn!

Qui luật âm dương
hòa bình chinh chiến
biên giới chỉ là sợi chỉ mong manh
nên giọt nước mắt xanh
của em ukraine nhỏ bé
có khác gì giọt nước mắt da vàng
biết lá cờ tươi
màu xanh của trời, màu vàng của đất
còn tung bay cho đến bao giờ.
và khi nào
nước mắt bé thơ sẽ ngừng không chảy nữa
cho nụ cười hồn nhiên sẽ lại nở như hoa.

Khi nào biết đến khi nào?

Những tháng tư qua

Tháng tư hoa gạo đỏ bầm
Máu khô loang lổ sát gần quanh đây
Còn đâu màu đỏ thắm bay
Giữa trời tử khí nghẹt đầy không gian
Tháng tư năm ấy ngỡ ngàng
Phố đầy xác lạnh đất tràn máu loang
Tháng tư buông súng bàng hoàng
Dẫu còn đủ đạn chưa tan trận tiền

Tháng tư đau nhức triền miên
Nỗi lòng bi uất ngả nghiêng đất trời
Tháng tư nhập cuộc đổi đời
Xuyên rừng vượt biển tả tơi phận người
Hướng ra biển lớn ngàn khơi
Tìm sinh trong tử cuộc chơi chưa tròn
Vì tự do vì mất còn
Nửa đời biệt xứ ngậm hờn chia xa

Đã bao mùa tháng tư qua
Mỗi lần nhớ lại thấy hoa máu bầm
Là hoa gạo đỏ đầy sân
Những mùa xưa cũ vẫn gần trong tim
Tháng tư còn đó nỗi niềm
Buốt đau vết cắt chưa liền thịt da
Tháng ba hoa gạo quê nhà
Tháng tư ứ máu bầm qua bên này.

Nhớ hoa gạo đỏ mắt cay
Đã bao giọt lệ mưa bay trong đời.

Ngày tháng ấy

Nhớ tháng tư xưa
ngày rụng xuống
Trái cây chưa chín đã lìa cành
Nắng mới nửa mùa
còn thiếu sáng
Xác người vung vãi máu nồng tanh

Mùa hạ
tháng tư chưa về tới
Mà sao khói lửa
dậy đất trời
Bàn cờ còn đủ quân tướng sĩ
Chưa đánh sao thua
thật như chơi

Nước chảy mây trôi
gần năm chục
Tháng tư
còn mãi khúc bi ca
Chỉ tiếc chiến binh đầu đã bạc
Những đời chốt thí
tóc sương pha

Tháng tư này nữa còn phiêu bạt
Biết đến bao giờ
thôi oán than
Biết đến bao giờ
quy cố quốc
Lòng riêng còn thẹn với giang san

Quân phục ngày xưa
phai màu cũ
Mỗi năm mặc lại
thấy nao nao
Quan chức còn đâu mà áo mão
Súng gươm đã bỏ tự hôm nào

Cứ mỗi tháng tư có tự hào?
Hay là bi uất hận dâng trào?
Hỏi bạn một thời
chia khói lửa
Lòng còn quên, nhớ,
có xôn xao.

Hỡi bạn một thời chung đời lính
Cùng gánh oan khiên
thuở điêu linh
Có còn tưởng nhớ ngày xưa cũ
Hay đã lãng quên
cả chính mình.

Lại tháng tư về
trời ứa lệ
Giọt nào rơi xuống đẫm cơn mê.

Vô định

Vườn tôi hoa không nở
Chỉ có lá lên xanh
Hằng đêm thường khắc khoải
Vì không xây mộng thành

Như em và tôi vậy
Chỉ mãi hoài chạy quanh
Trên đường rây vô tận
Vẫn song song đồng hành

Thấy nhau mà ruột thắt
Nhìn nhau lệ mưa rào
Ô dù nào che được
Nắng mưa đời hư hao

Là hoa em phải nở
Là gió anh phải bay
Đắm say từng phút nhớ
Vẫn chỉ là khói mây

Chim trên cành vẫn hót
Chí lớn chưa đầy tay
Hai ta đời vô định
Hẹn nhau cuối trời mây.

Cũng đã sang sông

Xa nhà xa cả dòng sông
Tiền giang nước lớn nước ròng hậu giang
Xa luôn cô lái đò ngang
Phút sang sông ấy bẽ bàng biệt ly
May còn dư ảnh xuân thì
Nón che nửa nụ cười khi xa bờ
May còn mắt biếc hồn thơ
Khúc xuân tình cũng thẫn thờ nhớ nhau
Mùa nào con nước thay màu
Phù sa bến cũ sóng sầu nước lên
Đưa người xa bến lênh đênh
Đầu sông cuối bãi dập dềnh bèo trôi

Bèo trôi hay là mây trôi
Mà sao cách biệt đôi nơi ngậm hờn
Nước ra cửa bể xa nguồn
Người đi biền biệt nỗi buồn còn nguyên
Nhớ chi lạ nước sông tiền
Thương qua sông hậu nỗi niềm tư riêng
Giữa trần ai lắm lụy phiền
Lênh đênh trên sóng đời nghiêng kể từ
Khách đi nhặt nhánh phù hư
Còn đâu bến cũ sông xưa để về.

Tiếng hót Từ Quy *

Từ quy bay qua núi
Buông tiếng hót rã rời
Dường như chim lạc bạn
Giữa mênh mông đất trời

Ta người trôi qua biển
Trên thuyền nhỏ mong manh
Lệ rơi đầy mặt sóng
Tấp vào bờ lạnh tanh
Người đi ra khỏi nước
Như cá lạc bãi xa
Trông mây về vô định
Mây vẫn bay ta bà
Quanh trục quay trái đất
Mây nước trăng mặt trời
Vẫn hồn nhiên không biết
Mùa xuân đang dần trôi
Đã bao mùa xuân tới
Đã mấy mùa xuân qua
Dòng đời luôn biến hiện
Người đã xa quê nhà
Như Từ quy nhớ núi
Ta một đời nhớ sông
Núi sông là tất cả
Là quê hương ấm nồng.

Thương Từ quy lạc bạn
Ai thương ta không nhà.

Từ quy là chim Cuốc (hay Đỗ quyên)

Tháng Tư hải ngoại cờ bay

Cờ vàng ba sọc đỏ
Vẫn lồng lộng trong tôi
Tháng tư nào cũng vậy
Bi uất hận ứ hơi

Người Việt ta ly xứ
Vẫn giữ nguyên cờ thiêng
Là màu cờ vàng thắm
Ba dòng máu lưu truyền

Cờ là hồn của nước
Việt Nam ta trường tồn
Còn cờ còn bất khuất
Không thể nào vùi chôn

Nhớ tháng tư giẫy chết
Khi lịch sử nghẽn dòng
Máu còn loang ký ức
Theo người việt lưu vong

Tháng tư nào cũng vậy
Chưa chấm hết nỗi buồn
Vẫn còn gan mật đắng
Vẫn mãi nhớ cội nguồn

Việt Nam ta anh dũng
Luôn mang chí quật cường
Dẫu đã xa cố quốc
Dẫu lạc đường tha hương

Máu trong ta vẫn đỏ
Vẫn là dân da vàng
Cờ thiêng ta còn đó
Dù lịch sử sang trang

Cái gì cũng sẽ mất
Cờ Tổ quốc thì không
Mỗi tháng tư tự nhắc
Ta con cháu lạc hồng

Xin hồn thiêng sông núi
Giữ cờ mãi tung bay
Trên tang thương nỗi nhớ
Da vàng máu còn đây.

Bóng chiều rơi

Bóng chiều rơi xuống che tầm mắt
Tròng kính mờ dần sương trắng lên
Áng mây bàng bạc bay qua núi
Như nhắc giùm ta thời gian trôi

Nghe tiếng sáo diều xa vọng lại
Ngỡ như tiền kiếp gọi chiêm bao
Tỉnh giấc ngủ ngày mơ đã vỡ
Chỉ còn sót lại những hư hao

Hư hao từ thuở xa cố quận
Hồn nước mang theo gánh lao đao
Lửa hùng tâm lụn tàn theo khói
Ngửa mặt trông lên giọt lệ trào

Lòng vẫn nhủ lòng chai đá nhé
Đừng mềm như phiến lá thu rơi
Vậy mà đã bốn mươi năm lẻ
Ta vẫn hình xiêu bóng ngã nhào

Gặp bạn bên đường cùng một lứa
Bên trời đeo nặng nỗi buồn chung
Vậy mà đối mặt chừng xa lạ
Gặp gỡ bèo mây chẳng tương phùng

Mùa nước nổi xưa còn lên xuống
Lớn ròng cũng chỉ một dòng sông
Sao người gặp lại như không gặp
Chắc ngược họ tên đã đổi lòng

Ngẫm chút sự đời phiên phiến mỏng
Chạnh lòng tưởng tiếc chuyện ngày qua
Đã lâu sao vẫn như còn mới
Mới sáng đây thôi đã chiều tà.

Dòng đời như thể mây phiêu lãng
Gió thoảng phận người lặng lẽ trôi.

Thơ rơi không kịp viết hoa

thơ tôi viết chảy tràn trên mặt đất
đầy những niềm tin và đã bốc hơi
hóa thành mưa
mưa rào nhiệt đới
bay đi bay đi
chỉ còn lại
cặn ưu phiền trên cát
biết cát có rã rời cho nỗi buồn tan
mà sao vẫn lòng đau nhức nhớ
những niềm vui nay đã triệt tiêu

thơ tôi viết bằng bút cùn mực cạn
tay run run nét chữ ngả nghiêng
như cánh chim đảo chao cánh mỏi
vẫn còn mơ đất rộng trời cao
như loài chim từ quy nhớ núi*
buông tiếng kêu bi thiết ngậm ngùi
đã ngàn năm vẫn hồn thục đế
ẩn trong hình chim quốc gọi nắng hè

khác gì tôi nửa đời xa cố quốc
vẫn mang theo canh cánh bên lòng
nỗi nhớ nhà, nhớ sao da diết quá.
từ nam quan đến mũi cà mâu
vẫn hoài thương
thương về hà nội phố
ngơ ngác trong mưa sa
và cờ máu đỏ đường**

nhớ quảng trị mùa hè đỏ lửa
khói đạn bom cày nát chiến trường
nhớ huế mậu thân
hương giang dậy sóng
bao xác người trôi nghẽn lòng sông
nhớ đà nẵng quảng nam
nhớ qui nhơn bình định
chia tình dân và người lính ngọt ngào

tôi nhớ sài gòn phố phường và bóng mát
lá me bay rợp cả lối đi về
nhớ quá màu xanh miệt vườn nam bộ
áo bà ba nón lá che nghiêng
nhớ những chuyến đò ngang sông tiền sông hậu
nhớ tiếng còi tàu trên bến bắc cần thơ
nhớ cô bé bán mơ bên bến phà mỹ thuận
chục mười hai thành mười sáu chuyện thường
cũng chẳng hề quên cô giáo làng đất mũi
có một thời thành cô lái đưa đò
sông cái ngang nước ròng nước lớn
vẫn còn nguyên trong trí nhớ đầy
tôi nhớ quá nhớ nhiều thứ lắm
từ cọng rơm ruộng đồng châu thổ
cho đến cao nguyên đất đỏ bạt ngàn
rừng núi biển xanh đồng vàng lúa chín
những khúc đồng dao vang vọng thiết tha
những cánh diều cao trên trời xanh biếc
hình ảnh yên bình một thuở đã qua.

chuyện đã xa
năm mươi năm hồ dễ
vẫn chưa quên vẫn nhung nhớ triền miên.
thơ tôi viết giữa nắng chiều buông thả
tóc xưa xanh nay đã bạc màu
nên nét bút không còn thẳng nữa
đã nghiêng xiêu vì những hư hao
vần và ý không còn chung nhịp
dẫu nỗi đau còn lẫn tự hào.

tôi nhớ quá thật tình nhớ quá
quê hương xa đã cách nửa địa cầu.

*Ý thơ ngô nguyên nghiễm
**Ý thơ trần dần

Khi gió chuyển mùa

Gió đã chuyển mùa lá lại xanh
Tiếng chim rộn rã hót chuyền cành
Lung linh nắng mới ngày vui tới
Đường đời đâu phải chỉ chông chênh

Thôi thì hãy cứ vui lên nhé
Vì thời gian trôi qua rất nhanh
Đứng trước biển đời ta nhỏ bé
Nhưng lòng là đại dương mông mênh

Hãy gởi tình yêu theo sóng lượn
Cho nước biếc xanh trời thiên thanh
Dẫu mây bay khắp mười phương lạ
Cũng tụ một phương hóa mộng lành

Hãy cứ yêu đời yêu người mãi
Như hoa vẫn nở chẳng tàn phai
Mặc gió mặc mưa tâm mặc định
Đâu cần đo đếm những trần ai

Ngàn dặm lữ xa đường mất dấu
Cùng lạc bên trời khác gì đâu
Cũng đang cùng chuyến tàu thương nhớ
Vọng tưởng quê nhà đã bể dâu

Gió đã chuyển mùa gió vừa lên
Hoa nở hương bay ngát ngày đêm
Tự dưng khơi dậy từ ký ức
Cố hương xưa cũ chẳng hề quên

Nắng gió thay màu người trắng tóc
Vẫn nghe nhưng nhức nỗi niềm riêng
Tiếng cuốc gọi hè còn vang vọng
Theo máu về tim nhớ cố hương.

Ngày bổn mạng

Ngày Thánh nhân bổn mạng
Cùng thời gian xuân sang
Cám ơn em vẫn nhớ
Gốc đào hoa chưa tàn

Xin gởi lời chúc phúc
Vui với đời tịnh an
Dư âm xa còn vọng
Theo nỗi nhớ rộn ràng

Cám ơn ngày nắng sáng
Cám ơn em lời vàng
Tạ ơn Thánh bổn mạng
Cho hồng ân đầy tràn

Và thay cho lời kết
Hoa quỳ xưa vẫn vàng
Trong tim người xa xứ
Vẫn ngát hương nồng nàn.

Tháng Tư như mới hôm qua

Khi dòng sông ngưng chảy
Không phải vì nước hạn đồng khô
Không phải vì gió mùa nghịch hướng
Không phải vì người ngăn đập be sông
Mà vì nước nghẽn dòng theo vận nước
Từ lệnh đầu hàng ngày cuối tháng tư

Ngày bi thiết quan quân hỗn loạn
Người theo người bỏ phiếu bằng chân
Bầy thú hoang từ rừng ra chắn lối
Đạn bay lửa dậy máu tràn lan

Ôi tháng tư tang thương đen tối
Vợ mất chồng con lại lạc cha
Biển thái bình bỗng dưng dậy sóng
Xác người trôi nước cũng nghẽn dòng
Phố thị đông vui trở thành dâu bể
Cuộc đổi đời của thế kỷ hai mươi
Trường học nhà thương biến thành hắc điếm
Chỗ trú quân- quân "thắng cuộc" hỡi ơi!
Và tinh hoa miền nam quân cán chính
Bị dồn vào những trại tập trung
Để hóa kiếp thành trâu cày ngựa kéo
Trên những đồng hoang vốn rất phì nhiêu
Của miền nam vựa lúa mỹ miều
Mỗi mùa gặt là mùa trẩy hội
Cho thanh niên nam nữ hẹn hò

Cho những cánh diều bay trên trời biếc
Gạo trắng trăng thanh một thuở thanh bình.
Dấu chấm hết
Sang trang lịch sử
Tháng tư đen chính thức ra đời.

Người hỏi người đã quên hay còn nhớ
Giữa đời thường hạnh phúc xót xa
Người lính cũ bên trời đất lạ
Ngơ ngác nhìn nhau giọt lệ bầm
Ngước nhìn lên
Cờ vàng căn cước mới
Của những người tị nạn năm nào
Vẫn còn bay nhưng ai nhớ ai quên
Nước mắt vẫn tràn
Tháng tư vẫn tới
Những áo gấm về làng có nhớ gì không.
Những bạn tàn binh bên trời một gói
Có gói giùm tôi bi hận tháng tư về.

Bốn bảy năm qua
Đường đi chưa tới
Nỗi oan khiên vẫn nặng gánh lưng đời.

Tháng Năm nhìn lại

Thế hệ chúng ta
sinh ra là cầm súng
vệ quốc an dân
giữ vững sơn hà
là truyền thống hằng ngàn năm chân đất
từ cha ông dựng nước lâu đời
vậy mà
đã gần năm mươi năm
không còn chinh chiến
cũng đã qua rồi thế kỷ hai mươi
sao vẫn còn rào ngăn vách chắn
lại vẽ thêm biên giới tình thù
trong tim người, thắng – thua hai phía
và chủ nghĩa
cộng chung tài sản
đã trở thành lạc hậu mơ hồ
khi khát vọng tự do dân chủ
như lửa bùng lên hừng hực không ngừng

Đã gần 50 năm qua
đừng ngồi bi uất nữa
mà hãy nhìn trực diện kẻ thù
dù núp dưới danh xưng nào cũng vậy
bản chất không thay thì tham vọng vẫn còn
tư bản đỏ ăn trên ngồi trốc
người dân đen vẫn cơ cực lầm than

tư bản đỏ là thành phần rất mới
vẫn hân hoan khi dân đói bỏ làng
vẫn cười vang với rượu sang thịt béo
vẫn vươn tay thu tóm bạc vàng
chống đế quốc nhưng vẫn mơ tư bản
chỉ biết mình chứ chẳng biết ai
và hai chữ đồng bào biến mất
trong những trái tim hóa đá lâu rồi
khi hai chữ niềm tin đã vỡ
thi lòng người vô cảm lên ngôi.

Chuyện quốc cộng sử đã ngàn trang viết
nói làm sao cho hết tang thương
nói làm sao cho nhà thương trường học
được nhân lên thay thế ngục tù
nói làm sao cho việt nam tuổi trẻ
biết nhận chân hai chữ tự do
biết hy vọng nước nhà qua quốc nạn
cho người dân được hưởng thái bình
lúa được mùa ruộng đồng bát ngát
tiếng sáo diều ru khúc hoan ca
cho bắc nam một lòng hướng tới
hạnh phúc an dân
tuổi trẻ lên đường.
cho người mãi yêu người
vì cùng chung một bọc
nghĩa đồng bào trân quý ngần nào.
để chúng ta nhìn ra thế giới
đứng thẳng lưng hãnh diện tự hào.
và tuyên bố ta người Châu Á
nước Việt Nam con cháu Lạc Hồng.

Tháng Sáu mùa khô
Giữa ngày quân lực 19/6/2022

Mùa này tháng sáu nắng khô hanh
Trời xanh mấy trắng vẫn đồng hành
Người lính cũ cúi đầu ứa lệ
Trước quốc kỳ bạt gió nắng mưa
Dường như
Giọt nước mắt khô
Rơi theo màu máu đỏ
Thấm da vàng loang lổ cường toan
Vết thương xưa thêm một lần mưng mủ
Trước rừng cờ lộng gió tung bay
Lại u uất nhớ về quê mẹ
Đã quá xa
Đã vuột khỏi tầm tay
Trong trí nhớ còn mịt mù khói lửa
Của một thời làm nhiệm vụ người trai.

Ngày quân lực là ngày vinh hay nhục
Vẫn mãi là dấu ấn trong tim
Dù lực đã bất tòng tâm ly xứ
Bao nhiêu năm hồ dễ ai quên
Chỉ tiếc là giữa quên và nhớ
Tóc bạc màu
Lại nhớ miên man

Nhớ chiều sương trắng miền quê mẹ
Đã xa rồi tình tự dân ca
Đã xa rồi khúc đồng dao luyến láy
Theo sáo diều lướt gió bay xa

Nhớ thuở thanh bình
Nhà nhà không khép cửa
Trẩy hội trăng rằm mừng lúa lên xanh
Nhớ cô hai khăn vàng yếm thắm
Áo mới tung tăng vui được mùa
Trai gái khắp làng
Câu buông lời thả
Ý tình trao chân chất quê mình.

Tháng sáu ngày xưa
Có ngày mừng quân lực
Lính trẻ diễn hành
Đầy ngực huân chương
Vui hân hoan khi nhận hoa chiến thắng
Hoa tặng người lính được vinh danh
Không phải hoa tang
Sau ngày mất nước
Tháng tư đen một chín bảy lăm.

Tháng sáu năm nay
Vẫn có ngày quân lực
Quốc quân kỳ vẫn lồng lộng trời mây
Người lính cũ
Không còn trẻ nữa
Vẫn ngậm ngùi nhớ tháng sáu xưa.

Trước cờ vàng với ba dòng máu đỏ
Người lính già nhỏ lệ khóc ai hay.

Phế Tích

Dẫu là phế tích em ơi
Ngàn năm hóa đá vọng lời ái ân
Mơ hồ thôi đã ước thầm
Ngắn thêm gang tấc là gần cuộc chơi
Áo em dù đá rã rời
Nát như phấn bụi theo đời phù du
Anh đây chẳng đổi ngôn từ
Ngàn sau vẫn thế thực hư cũng đành

Cám ơn nguồn nước trong lành
Còn vương giọt nắng lung linh với đời

Hoa bất tử

Em như hoa bất tử
Nở mãi trong vườn anh
Dẫu sắc tàn hương nhạt
Hay hồn hoa mong manh

Với riêng anh là thế
Và chỉ mình anh thôi
Vẫn bạt ngàn thương nhớ
Đầy mãi không hề vơi

Em về đâu ai biết
Em đi đâu ai hay
Anh không ngừng tưởng tiếc
Dù em là mây bay

Anh vẫn hoài mơ ước
Em thị ngạn hồi đầu
Hoa vẫn tươi không héo
Như tình anh dài lâu

Đã bao mùa thương nhớ
Hoa vẫn nở không tàn
Nỗi niềm anh mê mải
Nhớ ngày đêm miệt mài

Em là hoa bất tử
Trong hồn đông phương anh
Dẫu biệt mù xa cách
Tình yêu anh vẫn xanh

Em ơi làm sao nói
Cho em hiểu tình anh
Làm sao cho em hiểu
Anh yêu em chí thành

Đành gởi lời theo gió
Đến trời xa phương em
May ra trong gió thoảng
Còn nghe chút ngậm ngùi.

Lời cuối cùng nhắn gởi
Anh chờ em thiên thu.

Ngày trở về đời

Anh về như gã ngây ngô
thân sơ thất sở giữa bơ vơ đời
em đi nhà đã vắng rồi
còn đâu nhân dáng một thời thăm nuôi
đầu non cuối bãi trời ơi!
vai gồng tay xách nửa đời lao đao
nhìn nhau mà lệ ứa trào
em ơi thương quá hình mòn dáng xiêu

năm mười phút gặp là nhiều
nhìn nhau như thể cánh diều đứt dây
chia tay dõi bóng em gầy
hình nghiêng theo gió lắt lay nắng chiều
anh về chuồng trại buồn hiu
bạn tù co quắp chiếu mền tả tơi
bày ra tiệc lệ đầy vơi
cục đường chia bốn chén đời chia hai

tháng qua ngày lại miệt mài
thân tù đói lạnh nối dài tình em
vậy mà cũng chục năm thêm
buồn lên cửa ngục từng đêm mộng về
nhớ em dõi bước sơn khê
thân cò cánh vạc trầm mê trong đời
mười năm lặng lẽ qua rồi
anh đây em đó dài hơi mong chờ

anh về
em lại ra đi
mười năm mộng tưởng xuân thì bay qua
làm sao trả nợ tình nhà
nhà không em đã hóa ra tang điền
đã cuối ngày vẫn đảo điên
em ơi anh vẫn ưu phiền mà đau.
em ở đâu
đâu nhiệm mầu
cho anh gặp lại một lần cũng cam.
chiều đã lên nắng râm ran
nhớ em anh đã bạc đầu trắng râu.

sợ là không kịp chuyến tàu.
còn hơi thở ngắn nỗi sầu vây quanh.

Qua dốc hoa Quỳ

Mùa hè Quỳ nở vàng tươi
Còn thương cánh lá ru đời nắng mưa
Nhớ thời màu tóc xanh xưa
Chiều qua phố núi gió đưa bụi mù

Bùn ba dan đất nguyễn nhừ
Vết chân tuổi dại ai chờ người qua
Em vàng hoa nắng mượt mà
Anh như cánh bướm đường xa lạc rồi

Pleiku gió núi mưa đồi
Đường đi năm phút rong chơi lại về
Chỗ xưa Quỳ nở đường mê
Hoa vừa hé nhụy môi mềm nụ hôn

Nhớ không em gái cuối thôn
Gùi mây áo cẩm níu hồn anh say
Dẫu không rượu chè cần đầy
Vẫn ngầy ngật nhớ như cây nhớ rừng

Đã xa xa tận nghìn trùng
Nhìn hoa lại nhớ góc rừng năm xưa
Hoa vàng bụi đỏ duyên đưa
Bờ môi ngọt lịm như chưa vừa lòng

Hỡi ơi! Tuổi dại xuân hồng
Làm sao biết được từ trong ra ngoài
Thời gian cứ lặng lẽ trôi
Gót giày chinh chiến chia đôi phận người

Giờ đây phiêu bạt bên trời
Tóc sương trắng điểm tiếc thời xanh xưa
Hỏi ngày nắng hỏi đêm mưa
Hoa quỳ vẫn nở người xưa đâu rồi.

Cũng đành

Tơ rung lời gỗ phím sầu
Bên đường dạo khúc phai màu ái ân
Trời xa cát bụi phong trần
Ngón tay nhỏ máu cung đàn đứt dây

Từ em Sáo sổ lồng bay
Rót câu vọng cổ cho đầy nắng mưa

Hoa đỏ

Bài thơ tình viết nhớ ngày tháng sáu
Em đi đâu mà để lại nỗi sầu
Trong mê thiếp ve gọi hè khan tiếng
Nắng rưng rưng rụng xuống thấm buồn đau

Em có biết những ngày lên gió cát
Rát thịt da cứa buốt giọt mồ hôi
Từ trái tim nồng nàn rung nỗi nhớ
Chuyện tình xa sao như thể rất gần

Anh vẫn muốn mùa khô về hong lệ
Cho nắng hè vàng rực cánh quỳ hoa
Cho trái tim vui không còn ẩm ướt
Cho nỗi nhớ bay theo những hanh khô

Anh sẽ nhặt tiếng ve sầu gom lại
Viết thành thơ thành nhạc tặng cho đời
Và trong đó nỗi nhớ em hờn tủi
Sẽ hóa thành phượng vĩ nhỏ máu tươi

Và màu hoa sẽ hững lên trong nắng
Như màu môi em đỏ thuở xanh xa
Là màu môi mời gọi rất kiêu sa
Anh đánh rớt nụ hôn khờ khạo quá

Tháng sáu xưa mùa hè trôi rất chậm
Tháng chín về anh khoác áo quân nhân
Qua cổng trường ngẩn ngơ tìm áo trắng
Áo trắng người bay theo gió nắng bay

Anh sang sông ngược đường ra tiền tuyến
Em sang sông xác pháo đỏ đò hoa
Nhìn pháo đỏ anh ngỡ hoa phượng đỏ
Và chao ôi, hoa đã héo nụ rồi

Và từ đó mỗi hè về tháng sáu
Thì em ơi! Anh nhớ nụ hôn rơi.
Màu môi đỏ mang theo ra mặt trận
Đến bây giờ hoa đỏ máu còn tươi.

Sa mạc

Trên sa mạc cuộc đời
Tôi lữ hành đã mỏi
Chân lún sâu trong cát
Mắt đầy ảo ảnh mờ

Vẫn đi hoài đi mãi
Qua nắng gió lốc mù
Đi, đi hoài mới biết
Ở đâu cũng ngục tù

Chữ sa mạc trong thơ
Là hoang vu giả tưởng
Sa mạc thật là đời
Vốn chia trăm ngàn hướng

Nếu người không yêu ai
Thu vẫn vàng lá rụng
Đông tuyết sẽ lạnh đầy
Mây ôm hồn đá dựng

Trên sa mạc cuộc đời
Như lạc đà chết khát
Tôi hay ai cũng vậy
Khó ngăn ngày tháng trôi

Khi ngộ ra thì đã
Chiều tắt nắng lâu rồi.

Chân dung

Chàng là một lão ông bạc tóc
Bóng nghiêng xiêu trên dốc đá gồ ghề
Chàng là màn sương mờ chiều xuống
Vẫn còn mơ nắng sớm vườn quê
Trong tâm thức là triền miên sóng vỗ
Vẫn du dương theo nỗi nhớ từng ngày
Chàng là người lính xa mặt trận
Vẫn còn đau vết sẹo chưa lành
Vẫn lênh đênh mơ chuyện hải hành
Vẫn thương quá màu hoa ngược sóng
Tiếc thay
Không trọn kiếp này
Nên chân dung hóa thành phấn thổ
Theo gió bay vương vãi đất trời.

Đò ngang

Đò ngang mấy chuyến sang sông
Chở vàng cúc nhớ chở hồng sắc tươi
Đò xuôi một chuyến chở người
Theo sông ra biển thả đời sóng trôi
Sóng trôi bèo dạt ngàn khơi
Biết đâu là bến biết nơi nào chờ

Đò ngang một chuyến hững hờ
Đưa ta tách bến lạc bờ nhân gian.

Hội nhạc thơ

Người về hội ngộ thăng hoa
Sắc màu rực rỡ chan hòa tình thương
Đã qua giấc ngủ miên trường
Hân hoan tâm mở vô thường sắc không

Đời tị nạn sẽ tươi hồng
Trong lòng luôn có quê hương rất gần
Cám ơn người đến góp phần
Tay trong tay giữ tình thân kết đoàn

Sử xanh còn ánh huy hoàng
Bảo tồn bản sắc vẹn toàn việt nam
Chữ còn thì đất nước còn
Góp phần gìn giữ chữ mòn được đâu

Bốn ngàn năm vạn cổ sầu
Tiền nhân giữ nước trước sau một lòng
Nay dù xa xứ lưu vong
Đồng tâm hiệp lực từ trong ra ngoài

Vui hôm nay vui mãi hoài
Sẽ là kỷ niệm nhớ đời không quên.
Cám ơn tình bạn êm đềm
Tri tâm khắc tạ ngày đêm nghĩa tình.

Chúc vui như nắng bình minh
Cho ngàn hoa nở lung linh đời này.
Hôn cờ bé rất thơ ngây
Vì trường tồn phải trồng cây tình người.

Lý do

Có cánh chim bay qua
vùng trời trong như ngọc
chạm giọt nước mắt rơi
vẫn còn xanh màu tóc

Còn thương ánh nắng mai
treo mình trên cánh gió
từ ngàn năm cổ đại
vẫn lẳng lơ với đời
Có nỗi nhớ không vơi
vì dòng đời vẫn chảy
em và tôi là thế
như ngọn gió rã rời
Em và tôi là thế
vẫn như còn rong chơi
sau lung linh nắng mới
là mưa bay trong đời.
Trời vẫn xanh ngọc bích
Mỗi đầu ngày nắng lên
Truy cho cùng nỗi nhớ
Vẫn nhớ em triền miên

Biết khi nào gặp lại
Làm sao cho gió yên.
Để tóc em đừng rối
Để còn nguyên êm đềm

Ước mơ và hiện thực
Rất gần sao lại xa.

Sông chảy qua đồng

Người ơi! Anh là dòng sông
Quẩn quanh quấn quít bên đồng ruộng em
Đồng em hương lúa ngọt mềm
Sông say chảy ngược ngày đêm lặng thầm
Anh dòng sông nhỏ vô âm
Từng con sóng gợn chia phần tịch liêu
Ruộng em bát ngát phì nhiêu
Lúa xanh đón gió cỏ rêu ngậm ngùi
Sông đời anh thiếu ngọt bùi
Chen qua chân cỏ tìm vui cuối ngày

Ngày tàn nắng lụi mưa bay
Sông qua đồng lạnh buồn này ai hay.

Quay tơ

Em ngồi duyên dáng quay tơ
Ca dao dệt những vần thơ ngọt ngào?
(Trần Quốc Bảo)

Xưa em thanh thản quay tơ
Bây giờ ruột rối tơ vò thắt đau
Ca dao còn sót mấy câu
Làm sao gỡ hết mối sầu thâu đêm

Xưa em vóc dáng dịu mềm
Guồng quay tơ cuốn êm đềm như thơ
Mới vừa mười sáu mong chờ
Bỗng dưng tóc rối bơ phờ rụng rơi

Còn đâu nhan sắc một thời
Luồn kim xe chỉ guồng tơ không đều
Trách gì con tạo trớ trêu
Xuân qua tơ rối thềm rêu hững hờ

Từ xa xanh suối tóc mơ
Trên guồng tơ cũ vẫn chờ nhịp quay
Nhịp đều rãi sợi tơ bay
Bao nhiêu chí lớn chưa đầy bàn tay

Nhớ nhau thu tận ai bày
Guồng quay trắng tóc tơ dày ướt sương.

Sau cơn mưa

riêng ht.nguyệt khuyết

Sau cơn mưa đời cây vươn dậy
những nhánh cành mượt lá trổ mầm xanh
như tình em tưới đời tôi khô hạn
thêm một lần đứng dậy hân hoan
cám ơn em ân tình và chữ nghĩa
tiếp hơi tôi khi sức đã kiệt tàn
cám ơn đời có em hiện diện
cho tôi thêm nghị lực ngẩng cao đầu

đã bao lần thử trải lòng sòng phẳng
đo tình người bằng những niềm tin
vẫn ân cần chắt chiu từng chút nhớ
chờ nụ cười thân thiện nở hoa
nhưng chỉ nhận nụ cười khô héo lạnh
và tình vờ bạc phếch như vôi

tôi cứ ngỡ khi ngày qua rất vội
là đời mình bớt chút thơ ngây
và sẽ có thêm vài kinh nghiệm sống
để tôi trải lòng trên chiếu bạc đời

trên chiếu bạc ăn thua quyết liệt
tôi chậm tay nên khánh kiệt mất rồi

và những tưởng đời chỉ là tăm tối
đường cuối cùng là ngõ cụt ngăn đôi
giữa chợ đời vẫn còn đầy gian dối
và riêng tôi thì quá đỗi thơ ngây.

từng nhủ lòng thôi về xuống tóc
vào thâm sơn xa chốn bụi hồng
đã từng thử vài lần không được
vì tâm còn nguyên những sân si.

lại nhập cuộc vào mưa sa gió táp
và niềm vui ập tới bất ngờ
cho con tim bao năm bấn loạn
chợt hân hoan thức dậy cùng em

cám ơn em bên đời tôi đã đến
người yêu người chân lý ấy không quên
vì tình yêu đứng đầu mọi sự
và mạnh hơn cái chết em ơi.
vì tình yêu chính là ân sủng
thượng đế ban cho hiếm quý vô cùng.

Xích lại gần cho anh cầm tay nhé
ta cùng nhau đi tiếp cuộc lữ dài
dẫu đến chỗ vô cùng vô tận
vẫn tạ ơn em và…
bất khả phân ly.

Tụ nghĩa đường

Kỷ niệm ngày ấy với: Cao Đông Khánh, Nguyễn Lập Đông, Tô Thùy Yên, Trường Sơn Lê Xuân Nhị, Ngọc Dũng

Bài thơ vừa viết chưa khô mực
Người đó ta đây cạn chén đời
Một thuở nghiêng trời ai say tỉnh
Chén rượu càn khôn không đãi bôi

Ơ hờ tuổi trẻ qua như gió
Gió tạt mưa rơi bến lở bồi
Dòng sông đời vẫn không ngừng chảy
Sao mặn biệt ly đắng ngậm ngùi

Nhìn nhau cười ngất mà rơi lệ
Bờ môi khô khốc chạm bùa mê
Từng giọt giọt rơi trên thành chén
Cũng bốc hơi theo những não nề

Trích huyết Lương sơn hờn sinh tử
Ai về nhỏ máu chén phù hư
Trong cõi nhân sinh "hà xứ khứ"
Ai hiểu cho ai cạn tâm tư

Gặp nhau chung phận bèo trôi nổi
Xa nước xa nhà cũng ông tôi
Tiệc rượu đã bày trên hay dưới
Có phân ngôi thứ cũng thế thôi

Vỗ bàn mà hát câu lỡ vận
Ngửa cổ cạn bình rượu phù vân
Người như "lửa đốt ngoài giới hạn"*
"Ta về"* đường lớn bóng lìa thân

Tiệc rượu chưa tàn ngày đã tận
Còn nụ cười hiền rộn không gian
Như hoa vẫn nở bên đời quạnh
Từ điệp khúc đau lúc tan hàng

Những nụ cười vui trong trời đất
Còn lưu trên ảnh vẫn chưa phai
Mơ ngày tụ nghĩa bờ thủy bạc
Nhớ thời cười khóc chẳng vì ai

Rưới rượu bốn phương như "thắp tạ"*
Chiêu hồn tử sĩ nhặt tàn y
Mang về gói lại hờn vong quốc
Bao nhiêu huyết lệ khắp biệt ly.

Đò đến thuyền đưa bao nhiêu chuyến
Ai cô lái trẻ tiễn ta đi.

*Tựa thơ Cao Đông khánh và Tô Thùy Yên

PHÚT TIỄN ĐƯA

Thương tiễn Đồng môn Võ Đình Dục

Thơ viết giữa rừng hoa phúng điếu
Rực sắc màu sao đẫm lệ rơi
Thể phách người còn trong linh quách
Chắc tinh anh quanh quẩn đâu đây
Nhắc đến nhau là rơi nước mắt
Võ Huynh ơi! Thạch Hãn rịn mồ hôi
Dòng nước xoáy đưa người qua bến hạ
Còn mang theo những cánh Phượng bay
Trường Nguyễn Hoàng sân xưa in dấu
Chợ Tri Bưu còn đợi người về
Đêm cổ thành nghe câu hát ví
Điệu bi ai kích ngất đêm trường
Quảng Trị ta người khôn của khó
Đất cát nghèo hứng đủ gió nam lào
Bốn mùa nắng cháy da rụng tóc
Đời lưng trần như xát muối tróc da.

Vậy mà anh đã khởi đi từ đó
Bằng đôi chân tươm máu kiên cường
Bằng quyết tâm của người con xứ Việt
Của địa đầu giới tuyến tiền phương.

Anh đã sống theo dòng lịch sử
Đã thẳng lưng không thẹn với đời
Đã kinh qua bao nhiêu gian khó
Để cuối cùng nằm lại nơi đây.
Xa Tổ Quốc nửa vòng trái đất
Thân ly hương tức tưởi ngậm ngùi.
Tiễn đưa anh một lần là miên viễn
Phải cắn răng ngăn giọt lệ sầu
Vẫn nhìn anh dẫu đầm đìa nước mắt
Nước mắt khô rơi trên áo quan buồn.

Anh đi nhé
Vui miền đất lạ
Anh em còn ở lại nát lòng đau
Hẹn gặp nhau một ngày nào đó
Ở chỗ vô cùng hay đất mới tái sinh.
Tiễn anh đi một dặm đường ngắn ngủi
Nhưng tình dài vô tận đến ngàn sau.

KHẤP TIỄN CHỊ TÔ THÙY YÊN

Khuê danh *Huỳnh Diệu Bích*
*(19-8-1938 * 30-6-2022)*

Diệu kỳ hoàn **Bích** chân tâm sáng
Như sen cánh trắng nở nhụy vàng
Giữa đời tăm tối không vương bụi
Mòn gót kiêu sa khắp nẻo đường

Dẫu biết nhục thân là phấn thổ
Tinh anh sẽ sống với thời gian
Nhưng sao nghe chị tim ngừng đập
Là đất trời quay quá bàng hoàng

Vẫn biết chị đã lên đường lớn
Theo anh để sang bến vô ưu
Nhưng sao lòng vẫn như dao cắt
Vẫn tiếc vẫn thương vẫn luyến lưu

Một lạy tiễn đưa lòng vẫn nhớ
Ân tình kỷ niệm thuở xa xưa
Thôi nhé chị ơi về miên viễn
Vui cõi vô cùng tái sanh duyên.

Con thuyền bát nhã sang bờ mới
Mới cả tứ phương sáng cả đời
Dầu vẫn luyến lưu đường trăm ngả
Hãy cứ xuôi dòng hướng ra khơi

Xin thêm một lạy xin lạy tiễn
Nhang thơm hương ngát tận bồng lai.
Chị ơi giọt lệ chưa khô cạn
Lại nhớ lại thương lại đầy vơi

Thôi thì **Diệu Bích** là hoàn bích
Tên giữ trọn đời thay chúc thư.

THƯƠNG BINH BIỆT ĐỘNG

Trần Thy Vân mất ngày 27-7-2022.

Là thương binh chứ không phải phế
Súng gãy chân lìa
Tay bút còn vung
Bút sắc hơn dao, nặng hơn trọng pháo
Vẫn giương cờ chính nghĩa ngất trời cao
Người lính cũ Biệt động quân năng động
Vẫn còn nguyên ý chí kiên cường
Nén bi uất tri tình lịch sử
Mượn văn thơ kết nghĩa đồng bào
Thân ly xứ không còn chân để chạy
Vẫn quay theo vòng bánh xe lăn
Vẫn vươn tới ước mơ ngày quang phục
Cho quê hương rực rỡ cờ vàng
Cho dân Việt ngẩng cao đầu kiêu hãnh
Biệt động quân một thuở kiêu hùng

Người đến cõi tạm này rất vội
Nên sá gì chinh chiến điêu linh
Đã dấn thân hy sinh tuổi trẻ
Cho tồn vong đất nước quang vinh
Dầu biệt xứ vẫn cọp rừng nhớ núi
Vết xâm thề sát cộng còn nguyên

Trần Thy Vân
Người đi hồn ở lại
Vẫn rong chơi trong chữ nghĩa với đời
Vẫn đầy ắp trong từng nỗi nhớ
Của bạn thân quen, chiến hữu thuở nào
Vẫn màu áo hoa rừng đã bạc
Nón màu nâu chân chất ruộng đồng
Vẫn nụ cười trên môi khinh bạc
Luôn thật lời không giấu giếm quanh co.

Trần Thy Vân vẫn còn nguyên như thế
Trong từng trang văn, lời nói của chính mình
Vượt chông gai bằng bánh xe lăng tử
Sống giữa đời thường vẫn vươn tới trời cao
Người sẽ là mây
Bay qua rừng núi cũ
Có gió muôn phương góp tiếng chiêu hồn.

Hồn tử sĩ ào ào gió lộng
Biệt động quân không hổ thẹn với lòng
Xin lần cuối chào tay bạn nhé
Nén nhang đưa thơm ngát vẫn còn hương
Giọt lệ khô quẩn quanh từng con chữ
Sẽ nhớ người
Nhớ chữ mãi không thôi.
Người thường nói
Là thương binh không phế
Vẫn giữ trong tim hồn nước Việt Nam.

AI ĐIẾU TIỄN ĐƯA BẾN CŨ

Trần Ngọc Quế

Mùa hè trời nóng trên trăm độ
Nắng vã mồ hôi nắng lả người
Bỗng nghe tin đến như sét đánh
Ù tai, động não muốn lật nhào
Lời còn tiếng mất nghe không rõ
Chỉ nhớ một câu:
Cò đã bay
Trời ơi! Còn sớm, còn sớm quá
Sao vội đi rồi Quế Huynh ơi!
Mới biết thân Cò, Cò bay lả
Cuối cùng cũng phải bỏ cuộc chơi.

Mơ về bến cũ khai tâm thị
Người đi thảo bạc vắng tiếng rồi
Người thường hay nói đời cõi tạm
Ngọc nát vàng phai chuyện dĩ nhiên
Giữa cõi trần ai sống trong tự tại
Như cội Quế già vẫn ngát hương
Đời người mộng mị như sương khói
Còn đâu nguyệt quế "tụ nghĩa đường".

Từ thuở thiếu thời hồn du tử
Mơ làm nghĩa sĩ đất Lương sơn
Tiếc là thân vẫn vong quốc hận
Cánh Cò bay mãi, bến sông hờn
Sông xưa "bến cũ" trong nỗi nhớ
Vẫn là điểm hẹn khắp đông tây
Đệ huynh tương ngộ lòng khai hội
Luôn thức tàn canh cạn rượu đầy

Kể chuyện chiến chinh nào phân biệt
Anh hùng hào kiệt khắp nơi nơi
Giương cao cờ nghĩa hồn thảo bạc
Thủy hử quan xưa chẳng nhạt mờ.

Bến cũ đệ huynh tình lính cũ
Bàng bạc trong nhau mỗi hẹn hò
Làm sao quên được tên thân gọi
Cò Quế chính danh Ngọc Quế Trần.
Vậy mà huynh đã
Huynh đi thật
Bỏ lại phân đà "Hữu tâm" sao
Như ngày xưa cũ bao lần bỏ
Chức trọng quyền cao những bước dài.
Năm qua tháng lại trôi như mộng
Chén rượu càn khôn cạn lại đầy
Vẫn biết trần gian là cõi tạm
Đường đời đá sỏi lắm gian nan
Huynh vẫn cười khan như khinh bạc
Phù hoa vật chất đã không màng
Vẫn sát cánh đi cùng chiến hữu
Cùng chia vinh nhục phận ly hương
Cùng nhớ sông xưa và "Bến cũ"
Tâm tư dâng hiến đợi ngày về.
Vậy mà Huynh đã đi là thật
Những tiệc vui sau vắng bóng người
Còn ai đối ẩm đêm chờ sáng
Còn ai hội luận chuyện mất còn
Kho rượu còn đầy ai uống nốt
Chỉ nhắp môi thôi lệ đã tràn.

Vẫn biết xác thân là phấn thổ
Tinh anh theo gió cuốn mây bay
Sao như Huynh vẫn còn đâu đó
Cười cười, nói nói cạn ly đầy.
Nụ cười u ẩn đau ly xứ
Chỉ rạng rỡ vui giữa bạn bè.
Giọt nước mắt khô rơi trên cốc
Chén đắng ai về cạn giùm đây.

Ngọc Quế hương trầm Cò bay lả
Một đời vinh nhục đã kinh qua
Huynh đi người ở lòng đau thắt
Đoạn trường chia biệt giữa ta bà.

Cạn chén Lương sơn thay lời tiễn
Chào kính tương thân một dặm đường
Một dặm đưa thôi sao như thể
Vạn dặm trùng khơi xa ngàn phương.
Tiễn Trần Ngọc Quế về cõi phúc
Đệ huynh còn lại nói cũng thừa
Tiễn người ý cả tâm như ngọc
Nhang thơm đồng thắp "Bến cũ" đưa.

Chào tay lần nữa thêm lần nữa
Tiễn cánh Cò bay vượt nhan hồi.

CŨNG MỘT PHẬN NGƯỜI

Tiễn biệt danh sĩ Vũ Hối

1932-2022

Phụng múa rồng bay vờn điệu nhạc
Vẽ thuyền trăng chở những lời thơ
Về miền miên viễn xa xôi ấy
Biết có ai chờ ai mộng mơ.

Nhớ người xưa ấy sang sông Dịch
Bến cũ còn đây thuyền ở đâu
Trăm năm trần thế là hữu hạn
Trời đất vô biên vạn tinh cầu.

Lừng lững đi vào rừng nghệ thuật
Người thành cổ thụ đại ngàn cao
"Ngũ phụng tề phi" tề phi thật
Ngàn năm đất Quảng vẫn tự hào.

Nghe tin tử biệt lòng như cắt
Ngỡ như trời đất loạn sắc màu
Cọ gãy thơ rơi âm thanh tắt
Bút còn thấm mực vỡ nghiên sầu.

Dấu chân du tử in đây đó
Những dặm đời xa khép chưa tròn
Mơ về quang phục quê hương cũ
Mộng vẫn không hề phai sắt son.

Vậy mà huynh đã, đi đi thật
Bỏ lại bụi hồng giữa cuộc chơi
Thư pháp từ nay lưu thư các
Biết ai tưởng tiếc một phận người.

Từ xa chấp bút theo dòng mực
Giấy ố màu phai nét chữ nhòe
Lời nào nói trọn khi chào biệt
Lệ đẫm lòng đau tiễn người đi.

Đến cõi vô cùng không ai biết
"Sống gởi thác về" cũng thế thôi
Bát cháo Mạnh Bà là truyền thuyết
Người qua cầu gió biết ai mời.

Tiễn Vũ tiên sinh bằng bái vọng
Tiếc thương danh sĩ ngập hồn đau
Đất trích xứ người xa xôi quá
Viễn phương hương tỏa khói nhang sầu

Chào nhau lần cuối như hò hẹn
Lưu thủy phong vân vui đời sau.

TIỄN BIỆT VĂN HỮU GIÁO SƯ
Đặng Phùng Quân
23-01-1942 * 15-7-2023

Ngày hè nắng nóng trên 100 độ
Nghe tin như sét đánh ngang tai
Lòng nổi bão giông sóng thần ập tới
Rượu nồng chưa cạn đã buông tay.

Đặng huynh ơi! Một đời chữ nghĩa
Ai truy nguyên minh triết đời này
Tiệc chưa tàn cuộc chơi chưa vãn
Mấy dặm tương thân một dặm đời
Chỉ mới đây thôi, còn mới lắm
Nụ cười hiền triết vẫn thắm tươi
Hội nhập cuộc vui không tính toán
Nâng ly mời cạn cuộc tình say
Bằng hữu vây quanh ngời ngời khí thế
Chén hồ trường như rót mật vào môi
Dẫu có chút mặn nồng nước mắt
Nhìn lại chính mình bên thế giới lẻ loi
Huynh vẫn cười
Nụ cười hiền triết
Sương trắng đầu vẫn gõ chén mà ca
Khúc hân hoan cận kề bè bạn
Không phân chia thứ bậc sang hèn

Huynh sống thực trên từng trang viết
Trải đời mình minh họa triết đông tây
Huynh không nói một thời chắt lọc
Nghĩa thâm sâu trên con chữ mơ hồ
Mặc bụi phấn bay
Giảng đường trắng xóa
Một lời nói ra như chuyển thế trận đồ
Đặng Huynh ơi!
Bên trời ướt lệ
Tóc bạc phai lòng vẫn đậm đà
Huynh không hề nhắc chuyện xưa ngày cũ
Không tính môn sinh đã đến rồi đi
Dù Huynh đã mỏi chân trên bục giảng
Đã vén màn mặc khải u minh
Mở rộng tư duy phát huy lý trí
Dọn đường vào triết học mông mênh
Đường chữ nghĩa là lối mòn cỏ lấp
Huynh khai quang tiếp nối những nhịp cầu
Bao thế hệ đã lên đường khai trí
Mở rộng từ tâm
cho thế giới tươi hồng
Huynh không nói
Không chấm công kể lể
Nên nghĩa nhân huynh vẫn còn ở với đời.

Hỡi ơi! Mới đó hôm qua
chỗ ngồi còn nóng
Vậy mà nay đã xa chốn bụi hồng
Ly rượu nồng còn đầy chưa cạn
Chai bia còn lạnh đá chưa tan
Huynh vội đi vào mênh mông triết
Có phải truy hồn
cho chữ kịp minh quang
Huynh có biết bạn bè ở lại
Tiếc nhớ vô cùng một kẻ sĩ tài hoa
Đau thắt ruột nhạt nhòa nước mắt
Bái tiễn huynh đi về cõi vô cùng
Mai kia gặp, Huynh ơi! Sẽ gặp
Phấn thông vàng sẽ ghẹo gió thu bay
Sẽ cạn nốt hồ trường chưa cạn
Cho thỏa lòng nhau một lứa bên trời
Dầu lỡ vận vẫn ngạo cười nhân thế
Một dặm đời là muôn dặm tương thân

Xin bái biệt
Huynh ơi! Chào nhé
Hoàng Hạc Lâu - Hạc đợi mây chờ.

Vọng cổ

Thuyền ta lạc bến sông đời
Theo dòng nước xoáy một thời ngược xuôi
Gặp em đôi mắt có đuôi
Bên sông u ẩn trông vời quê xa
Em như hoa héo nắng tà
Chiêu hồn vọng cổ lời ca ngậm ngùi

Ta như cái kén ngủ vùi
Vừa ra khỏi tổ buồn vui nào ngờ
Tự dưng sao lại ngẩn ngơ
Hỏi thầm em đứng đợi chờ ai đây
Giữa chiều quạnh vắng sương đầy
Em như chiếc bóng trông mây cuối trời

Chỉ thế thôi, một thì thời
Mà sao lại nhớ suốt đời hỡi em
Từ ngày lạc bến buồn thêm
Bờ xa vẫn nhớ đò đêm xuôi dòng
Đò ngang nay đã trống không
Em theo đò dọc bến sông nào chờ.

Đàn anh tơ phím hững hờ
Hoài lang dạ cổ cách bờ xa sông
Nhớ ngày chờ, nhớ đêm trông
Nhớ người nam bộ nghe lòng tơ rung.

Biết là xa cách nghìn trùng
Vậy mà sao cứ nhớ từng phút giây.
Chiều lên cho bóng tối đầy
Ta là khách lạ trời tây lạc đường
Nhìn mình lạ quá! Trong gương
Trái đời đã chín biết phương nào về.

Hoài lang dạ cổ não nề
Nguyệt cầm đã vỡ bốn bề trống không.

...Hay là em quên cài khuy áo
Mới mặc chiều nay, gió thì thầm.
Cho cả không gian đều yên lặng
Mong người nghệ sĩ ghé qua thăm...
Ánh Nguyệt

Thu cũng băn khoăn

Mùa thu đến em nhớ cài cúc áo
Vì gió ngặt nghèo sẽ mơn trớn thịt da
Không ở bên anh làm sao em chịu nổi
Thèm ngất ngây những ve vuốt thuở nào
Khuê phòng lạnh chăn đơn gối chiếc
Ai thì thầm ru giấc ngủ yên
Em đừng nói chỉ vì gió ngặt
Mà chính là thiếu một bờ vai
Em chêm gối khó lòng du mộng
Mộng xanh xưa thuở cận kề bên
Ai đưa lược cầm gương chải tóc
Tóc rối muôn chiều tóc rối thêm

Bờ môi êm, ai kề môi ấm
Ngoài gió thu se sắt tâm hồn
Từ phương xa anh mơ về thuở ấy
Cài cúc áo em
Che da lụa mượt mà
Từ phương xa tay anh không với tới
Bờ bên kia
Em đơn lẻ đêm dài

Mùa thu gió nhớ cài cúc áo
Vì em ơi anh sợ mắt miệng đời
Luôn thèm khát thịt da hương mật
Luôn mở lòng với sương phụ lẻ loi
Lại cận kề trong tầm gang tấc
Anh e em có thể ngã lòng

Khi nghe em quên cài cúc áo
Anh ước gì khép lại không gian
Biến khuê phòng thành lồng son vương giả
Chỉ mình em trong ấy với niềm riêng
Dù như vậy có nhiều nghiệt ngã
Thì cũng vì anh mãi nhớ thương em.
Nên anh đã thành người vị kỷ
Vì tình yêu ai hào phóng bao giờ
Hiểu giùm anh, em ơi nhớ đấy
Mùa thu về áo cài cúc nghe em.

Anh mãi vẫn là người thường giản dị
Chỉ giữ em trong nỗi nhớ riêng

Tóc Thu

Mùa thu tóc ướt trên vai
Mưa như lệ đổ vắn dài buồn thêm
Chân nghiêng hun hút bóng đêm
Đường xưa lối cũ lấm lem đời mình

Mùa thu hắt bóng lụy hình
Tiếng kêu tiềm thức ân tình gió bay
Gió bay cho lá rơi đầy
Man man trời đất sương dày thu phong

Duyên đưa từ thuở long đong
Nước non đổi chủ thay lòng người xưa
Còn dư những số lũy thừa
Làm sao tính hết cho vừa lòng nhau

Phòng không chăn gối đã nhàu
Vẫn như những phiến lá sầu tả tơi
Người đi hun hút trùng khơi
Ta còn ở lại níu hơi thở tàn

Ngược dòng sông chảy

Năm mươi năm từ ngày mất nước
tôi nổi trôi theo những nhánh sông xa
nhưng lạ quá đi đâu cũng nhớ
những dòng sông êm ả quê nhà
tôi nhớ sông lam
chảy quanh hồng lĩnh
tôi nhớ dòng thạch hãn
mưa nắng đổ mồ hôi
thêm chuyện kể cô lái đò bến hạ
đưa khách sang sông lệ vắn dài…
tôi nhớ hương giang
đôi bờ tả hữu
vẫn ngát hương mỗi độ thu về
nhớ nước sông hàn
trôi quanh đà nẵng
những ngày gió lặng
người gọi người trên bến dưới thuyền

tôi nhớ sông hoài hội an cổ kính
nước êm trôi phố ngủ bình yên
tôi nhớ sông Ba
thượng nguồn chảy ngược
nhớ sông côn cá lúi lên bờ
Ôi những dòng sông xa
sóng cuộn trào ký ức
vẫn theo tôi góc bể chân trời

Tôi vẫn nhớ
bạch đằng giang
sóng âm vang lịch sử
đê sông hồng ngăn gió mùa về
tôi nhớ nhánh sông châu
sông nhuệ
hợp lưu sông đáy hà nam
nhớ đò ngang phủ lý
vấn vương cô lái ngày nào
dòng sông chảy cứ ngập tràn nỗi nhớ
đã xa xôi
từ bến hải ngậm hờn
những dòng sông quê tôi
vẫn miên man dòng chảy
suốt hành trình lưu lạc tha phương
nhớ thuở ấy tôi từng mơ bắc tiến
ghé hồ trúc bạch uống bia tươi
ngắm rùa thần ngày xưa hoàn kiếm
và ngày nay nước hững hờ trôi
nỗi nhớ lan man xuôi nam lặng lẽ
vượt đồng nai về với miệt vườn
qua đò ngang bến sông vàm cỏ
nối bước dài theo sông hậu sông tiền

có nhánh cổ chiên
vươn qua đất Vĩnh
cho miền tây đất tốt cây tươi
và cứ thế sông xuôi dòng nỗi nhớ
cho riêng tôi ngược sóng nhớ bến bờ
gom kỷ niệm
một thời phiêu bạc
nước sông hồ còn chảy trong tôi

Ơi nước sông hồ còn xa xôi quá
sóng vỗ miên man
soi lòng tỉnh thức
chợt nhìn lên mây trắng bạc đầu
xin gởi lòng xuôi dòng về quá khứ
cho những nhánh sông còn nặng phù sa.
nhớ những dòng sông
lòng ta buồm no gió
mai ta về
mai ta về nếu còn kịp bước
sẽ xin một lần tắm lại sông xưa.

Thu ngặt

mùa thu ngặt
nắng nghiêng chiều gió
sắc vàng lên khô rụng bên đường
thả nỗi nhớ xuôi dòng ký ức
cõi mù sương một thuở đi về
sài gòn thu mưa lá me rơi rụng
tan tác chiều
nỗi nhớ tràn lan
đường duy tân hàng cây sao hứng gió
bước chân hoang vô định những chiều
đường nguyễn du thơm lừng cà phê chạy
em tan trường nhịp bước đường mưa
cơn gió thốc
thổi luồn vạt áo
áo trắng bay ai níu gió giùm

theo gió ngặt trời thu trở dạ
em ơ hờ tóc rối vờn bay
như ảo ảnh vây quanh khờ dại
mắt ngoan hiền ngơ ngác điệu ru
em đi qua
anh còn đứng lại
lá ngập ngừng rời cuống hứng thu mưa
biết ngày mai
em có qua đường cũ
hay rời xa tiếng trống trường đưa
có khi nào một lần nhìn lại
để thấy anh như tượng đá trong thơ

mùa thu ngặt
sài gòn vây nỗi nhớ
gió vẫn xôn xao
nhịp guốc vỉa hè
giữa đám đông anh thành xa lạ
vì không em
tha thiết chẳng còn.
lá me bay hết rồi quyến rũ
thu ngặt nghèo đường cũ chẳng người qua.
ai đó bảo sài gòn thu đẹp lắm
với riêng tôi
thu nhòa nhạt lâu rồi.

Gió thu

người đi ngược gió, gió mênh mang
ta thả hồn trôi nhặt lá vàng
gom lại dư hương ru nỗi nhớ
những mùa thu biệt sương tràn lan

phiến lá khô bay tàn hơi thở
chấm than rụng xuống chạm ơ hờ
vỡ tan phế tích ngàn thu cũ
ngất ngưởng mình ta bóng nhạt mờ

Sông nước về đâu

Dây mơ leo gốc đào tàn
Nắng soi nửa mặt vườn hoang vu chờ
Giọt sương rớt muộn bên bờ
Giậu xanh vàng lá hững hờ gió bay
Cánh chim lạc hướng đường mây
Giữa ngày khan tiếng gọi bầy tiếc thương
Trời mênh mông mây muôn phương
Về đâu ai biết, quê hương biệt mù

Dây mơ xanh lá xuân thu
Còn ta trắng tóc đời hư hao rồi
Ngày lên sương vẫn rụng rơi
Đêm về ta khóc nhan hồi chưa qua.
Nghe câu vọng cổ xót xa
Trời ơi lại nhớ quê nhà hậu giang.
Đường sông chia nhánh rộn ràng
Bến nhà xa lắc đò ngang ai chờ.

Gió đã chuyển mùa

Thu chưa tận đông đã về trước ngõ
Nắng nhạt màu loang lổ quanh ta
Hoa lá cũng ngậm ngùi lả ngọn
Đông phong hiu hắt chạm hiên nhà
Hơi thở đêm dường như đông đặc
Ngọn đèn chong le lói thất thường
Có ai thổi giùm ta ngọn lửa
Cho bừng lên hơi ấm chiều đông
Trong thinh lặng nhớ ngược dòng quá khứ
Hơn nửa đời lưu lạc tha hương
Đã được gì mất gì ai tính
Hai bàn tay chụm lại chẳng hứng đầy
Còn rơi rớt những huy hoàng quá khứ
Quá khứ tàn - ai hay?

Không biết trước những gì mai sẽ tới
Vì tương lai ai đoán được bao giờ
Vẫn chưa thấy tín hiệu gì khác lạ
Cho giấc mơ hội lớn tương phùng
Khi bánh xe lịch sử mãi còn quay
Và thời gian không hề đứng lại
Dù đã gần năm mươi năm ròng rã
Người nhìn người vẫn còn lắm hoài nghi
Dẫu cùng phận tha hương biệt xứ
Cùng vọng quê xa giữa chiều trôi.

Chuyến tàu đời sắp ngừng ga cuối
Sóng gió mênh mang có luân hồi?
Thu heo hắt hay đông lùa giá lạnh
Thì đoàn viên hay ly tán khác gì nhau
Khi không biết nói lời chân thật
Không trao nhau một nụ cười vui
Sao không cùng chung tay tiếp lửa
Cho quê nhà hơi ấm bùng lên
Người nối người họp đoàn tụ nghĩa
Quang phục quê hương chuyện phải làm
Sao cứ mãi tranh quyền đoạt vị
Những hư danh tục lụy đời thường
Người Việt ta tuy cùng một bọc
Nhưng có mầm ly tán tự ngàn xưa
Năm mươi con lên rừng ngậm ngãi
Năm mươi con xuống biển chẳng yên bình
Và từ đó như cát rời rệu rã
Luôn phân tranh được mất hơn thua.

Dòng lịch sử không bao giờ ngừng lại
Như quanh năm luân chuyển bốn mùa
Biết bao giờ lòng người rộng mở
Khi còi tàu đang giục giã lên đường.

Ly khách, ly khách hề - ai tiễn
Sân ga lạnh lắm những chiều đông.

Ký ức

Dòng ký ức như dấu chân trên cát
giữa nhớ quên ranh giới mong manh
là cầu gió nối đôi bờ nghiệt ngã
có có không không vô sắc vô hình
như dòng sông trôi
đã chia bao nhánh rẽ
vừa lặng êm lại đã thác ghềnh
trong mơ hồ
là dịu dàng yên ả
hay vô tình khắc nghiệt cận kề nhau
ai giữ được tâm tình tri kỷ
ai phân chia đong đếm hết muối đường
ngàn dặm lữ bốn phương phiêu bạt
nắng quái mưa dai gánh nợ đời
đã bao lần đứng lên ngã xuống
vượt dốc dài vượt mãi không thôi
vẫn hoang tưởng qua mưa trời lại sáng
hóa ra là vẫn sấm chớp bão dông.
và cứ thế mang tâm tình huyễn mộng
gởi mơ xa theo những bến bờ
vẫn chạy theo những bóng mờ ảo ảnh
còn mơ dựng cờ "hành đạo thế thiên"
cuối đường hầm đâu còn ánh sáng
mà chỉ là đêm tối không đèn

giấc mộng vỡ
đời tàn thu như lá
vàng khô rơi theo gió muôn chiều
ngọn cỏ đùa dưới chân cũng rát
mới ngộ ra sức tận lực tàn
mang được gì làm hành lý sang ngang
bờ ảo giác chập chờn bóng lẻ
đâu có thuyền bát nhã nào đưa
trong mơ hồ xôn xao ký ức
cầu nại hà chờ đợi người qua
nồi cháo lú lửa rơm đã tắt
ai hâm giùm cho nóng lại hồn ta.
đêm tỉnh thức giật mình nghe trống vắng
tiếng sóng hoang vu còn mãi vọng về
ngước mặt nhìn lên đêm nguyệt thực
ánh trăng mơ đã rụng xuống giang hà
và nguyệt trầm sẽ theo sông ra biển
còn mình ta trong lưới nhện ta bà.
nhưng ký ức mong manh sót lại
còn được gì khi đi hết đường trần
còn được gì sau hư ảo hóa thân
ngoài hai chữ sắc không bất biến.

đêm đay nghiến hồn ta vạn mảnh
lưu chút tình chân thật gởi ngàn sau.

Huế cũ tím than

Vẫn là Huế cũ tím than
Hương giang đò đợi thương qua ngự bình
Dẫu có thay chút cảnh tình
Nhưng lòng dân Huế quê mình vẫn như
Còn nguyên chi, rứa, răng, chừ
Ni, tê, áo tím, nhớ từ câu thơ
Đi mô cũng vẫn mộng mơ
Tình xưa người cũ ngẩn ngơ một thời

Tím than O Huế trời ơi!
Áo dài nón lá bên đời gọi nhau.

Hành trình

Người như chuyến tàu đêm
Đuổi theo ngày tháng cũ
Trên đường ray muôn dặm
Song hành từ thiên thu

Tàu quên - ga vẫn đợi
Và thời gian vẫn trôi
Người đi hoài không mỏi
Như bánh xe luân hồi

Thu tàn đông lại đến
Sân ga hoa tuyết rơi
Người đã xa vời vợi
Hơn bốn mươi năm đời

Tàu qua bao ga chờ
Lẻ loi tia sáng nhỏ
Người như đèn hiu hắt
Treo nỗi nhớ âu lo

Tàu ngang qua ga nhỏ
Không ghé lại theo giờ
Người và ta cũng vậy
Không ôm tròn ước mơ

Chuyến tàu xuyên thế kỷ
Hành trình đêm bóng mờ.
Ánh đèn vàng sắp tắt
Sao ta mãi mong chờ.

Tự thán

Ta chiến mã già mơ tung vó
Thảo nguyên hoang mạc gió cát xa
Chỉ tiếc chiến bào xưa đã rách
Nghĩa kỳ cung kiếm cũng ta bà

Từ thuở chiến chinh bờm sương tuyết
Vó mòn mỏi gối bước truân chuyên
Cổ tự hoang tàn ai đong lệ
Giọt nước khô rơi động cửa thiền

Hoa bất tử

Em như hoa bất tử
Nở mãi trong vườn anh
Dẫu sắc tàn hương nhạt
Hay hồn hoa mong manh

Với riêng anh là thế
Và chỉ mình anh thôi
Vẫn bạt ngàn thương nhớ
Đầy mãi không hề vơi

Em về đâu ai biết
Em đi đâu ai hay
Anh không ngừng tưởng tiếc
Dù em là mây bay

Anh vẫn hoài mơ ước
Em thị ngạn hồi đầu
Hoa vẫn tươi không héo
Như tình anh dài lâu

Đã bao mùa thương nhớ
Hoa vẫn nở không tàn
Nỗi niềm anh mê mải
Nhớ ngày đêm miệt mài

Em là hoa bất tử
Trong hồn đông phương anh
Dẫu biệt mù xa cách
Tình yêu anh vẫn xanh

Em ơi làm sao nói
Cho em hiểu tình anh
Làm sao cho em hiểu
Anh yêu em chí thành

Đành gởi lời theo gió
Đến trời xa phương em
May ra trong gió thoảng
Còn nghe chút ngậm ngùi.

Lời cuối cùng nhắn gởi
Anh chờ em thiên thu.

Khai quang

Trên đường tôi khai quang
Xin thắp giùm ngọn nến
Cho lung linh ánh sáng
Soi đời tôi qua đêm

Em hãy là ngọn lửa
Dù là rất nhỏ nhoi
Cũng làm tôi ấm lại
Trên dòng sông lạnh trôi
Đã qua bao biên tái
Đã vượt mấy truông dài
Đã đong bao nhiêu cát
Trên sa mạc hoang khai
Tôi nhìn tôi lần nữa
Sao giống con lạc đà
Con lạc đà nhịn khát
Mơ nước mát sông nhà
Hỏi cát và nắng gió
Thảo nguyên gần hay xa
Sao lung linh ảo ảnh
Như bóng em nhạt nhòa
Giữa hoang vu sa mạc
Hạt cát cũng vô tình
Cuốn theo cơn bão lớn
Cuốn bóng tôi xa hình

Cuối cùng còn hạt cát
Phơi mình đã ngàn năm
Tôi quên tên lạc họ
Theo gió cát biệt tăm.

Sâu đo

Tôi là con sâu đo vẫn vặn mình rướm máu
đo cùng trời cuối đất
đo vực thẳm sông sâu
đo núi cao biển rộng
vẫn chưa đo được hết lòng người
xuân hạ thu đông ngàn đời tái diễn
chợt một chiều tóc trắng sương rơi
và khai ngộ
lòng mình chưa đo hết
làm sao đo được lòng người
vẫn mãi sân si buồn vui ấm lạnh
vương bùa yêu
muôn thuở vẫn dại khờ
một thoáng vô thường ngàn năm ẩn hiện
sao trách sóng bạc đầu thương nhớ những đời sông
sao trách biển nhớ những đời thuyền biền biệt
những cánh buồm no gió ra khơi
sao không trách biển đời cuồng nộ
vẫn còn người mê chấp gánh trần ai
dẫu Phật độ ba ngàn thế giới
cũng khó lòng độ được sân si.
mầm ái dục vô hình vô tướng
vốn sắc không giữa hỉ nộ đời thường.

Phong linh
gởi nguyễn thị thanh dương

Tôi chợt nghe phong linh gọi gió
gió bận phiêu du trên các đại dương
ơi! Chuông gió mảnh mai và nhỏ bé
lại chứa trong hồn biển lớn ngàn khơi
mặc gió cong mình cuộn trên đầu sóng
mặc sóng nhớ thuyền nhớ đến bạc đầu
mặc sông hỏi cá Hồi về chưa nhỉ
mà sao nghe sóng vẫn xôn xao
nguồn ở trên cao
sông tràn dưới thấp
cá có về dự hội vũ môn
như đời thuyền có mơ về bến cũ
bến trăm năm hóa đá một dáng chờ.

tôi chợt nghe phong linh gọi gió
hun hút thanh âm sao vang dội hồng chung
như tiếng thiền am
gọi người xa cổ tự
như kinh công phu sáng tối đủ đầy
như bát cơm chay có hương hoa lá
như tình người có phổ độ từ bi

sao chuông gió chẳng mấy khi ngưng tiếng
hay hồn chuông vẫn u uất nhớ người
như tình sông ngàn năm nhớ sóng
như biển đời muôn thưở nhớ người xa.

chuông gió phong linh thiền môn cổ tự
vẫn còn đây mà sao lạnh sân chùa.

Hương tạ

Tạ ơn biết tạ ơn ai
Thôi thì xin tạ đường dài có nhau
Cho dù ngày tháng phai màu
Thời gian trăn trở kinh cầu không vơi

Tạ ơn đời một cuộc chơi
Ngậm cay nuốt đắng thế thời ngổn ngang
Cho dù lịch sử sang trang
Bến mê bờ giác mộng tràn đầy ly

Tạ ơn em rất diệu kỳ
Theo anh khắp nẻo đường đi lối về
Hồng trần còn lắm nhiêu khê
Câu thơ vô tự ai đề chưa phai.

Hương thơm nhang khói thở dài
Anh xin mãi tạ trang đài dáng xưa

Tâm Kinh

Lưu tình kỷ niệm như không
Tâm kinh đối sóng chưa thông đạo đời
Hóa ra nhan sắc một thời
Khắc sâu dấu ấn không lời mà đau
Bùa yêu trấn yểm trước sau
Vết xâm còn đó - đỏ màu máu tươi
Kinh cầu nhang nguyện khôn nguôi
Đời như sông chảy sóng trôi vô thường.

Về đâu- đâu là cố hương
Đường trăm nhánh rẽ biết phương nào về.

Thu tận Thu tàn vàng Thu nhớ

Chút nắng cuối ngày len qua hiên lạnh
Soi bóng lá vàng gõ cửa mùa Đông
Se sắt gió luồn qua cổ áo
Như tay ai mơn trớn ngày nào
Chút nhớ quên nhẹ nhàng ẩn hiện
Lay tâm tư trỗi dậy giữa chiều nghiêng

Mai, sáng mai chắc, nắng vàng giấu mặt
Mặt trời lười ôm giấc ngủ đông
Hoa tuyết bay trắng trời xứ lạ
Giữa mênh mông vời vợi ngàn xa
Lại nhớ về quê nhà nắng ấm
Trong tận cùng nỗi nhớ thiết tha
Nhớ ngôi nhà nhỏ
Có vườn sau sân trước
Có mặn mà yêu dấu mẹ xưa
Bên mái tranh người un khói bếp
Phủ tàn tro một thuở thiếu thời
Nồi khoai luộc liu riu trên bếp lửa
Mẹ để dành cho cậu Út chưa về
Tà áo cưới mẹ cắt ra may áo
Cho chị hai mặc lúc khai trường
Áo cưới ngày xưa thơm mùi lúa mới
Thoảng hương đưa hoa lý hoa lài
Cây bưởi vườn sau ướp hương dạ nguyệt
Trăng bông cau bay suốt hiên nhà
Làng nhỏ thanh bình
Còn trong ký ức
Cho đến ngày khói lửa chiến chinh.

Buổi chia tay lên đường ra trận
Hương thơm còn quấn quít dấu giày
Rồi từ đó là chiến trường lửa đạn
Đã bao năm chưa trở lại nhà
Lúc dừng quân nhận thư Khu Bưu Chính
Thư nhạt nhòa nước mắt mẹ xa
Thời gian qua dài xuyên thế kỷ
Mẹ chờ con dù dâu biển ta bà.
Chiến tranh tàn là xa nhà mất nước
Nỗi buồn riêng chưa trả nợ non sông
Và mẹ đã thành người thiên cổ
Cổ lụy thiên thu hút ngàn xa

Chiều cuối Thu đầu Đông chớm lạnh
Khách ly hương đau thắt đoạn trường
Mấy chục mùa qua
Còn nguyên mật đắng
Giọt giọt rơi theo những dặm đời.
Đời ly xứ sầu lên mấy độ
Chỉ tiếc ta đã khánh tận tàn hơi.

Đêm nguyệt mãn vẫn mờ sương xa lắc
Ta nhìn ta cười khóc với buồn vui.

Tròn năm

Chưa hết tháng giêng tháng chạp về
Lại se sắt lạnh lại nhiêu khê
Nắng sớm ban mai chưa đủ ấm
Đã bóng chiều lên ngập bờ mê.

Về đâu bến giác xa xôi quá
Sóng gợn lòng đau khách nhớ đò
Bát nhã thuyền nào qua sông rộng
Biển đời còn động vọng âm ba

Nhìn lên ừ nhỉ! Đầu đã bạc
Nhìn xuống ơ kìa! Bóng chiều rơi.
Thêm năm thêm tuổi hình thêm nặng
U uất được gì một cuộc chơi.

Ba trăm sáu chục ngày là mấy
Một thoáng nhan hồi cũng thoi đưa
Thôi thì cứ sống vui như thể
Mới nhập cuộc chơi mới nếm mùi.

Mai kia ngày hết đời đáo hạn
Cạn chén ly bôi dẫu tàn hơi

Tháng ba vui tháng tư buồn

Tháng ba nước mỹ vào xuân
Tháng tư nước Việt sài gòn mất tên
Bảy lăm- năm ấy chưa quên
Vết thương rỉ máu đau thêm tháng ngày
Trời Tây nước Mỹ xuân đầy
Chạnh lòng lại nhớ đọa đày tháng tư

Tháng tư đen ấy đau như
Đoạn trường xẻ thịt tâm tư uất hờn
Người ra biển kẻ mất hồn
Biển hoàng hôn máu sóng dồn hụt hơi
Ba mươi ngày cuối cuộc chơi
Bốn bề lửa dậy một trời điêu linh
Tan đàn tàn cuộc chiến chinh
Sao chưa đánh đã bại binh thế này
Quan ngơ ngác lính rã bầy
Thì ra chốt thí sông này phải sang
Đau lòng nước mất nhà tan
Thân tàn lính cũ lang thang xứ người

Mùa xuân nước Mỹ bên trời
Tháng ba ai nhớ đổi đời tháng tư
Trong tiềm thức chữ thực hư
Có thêm dấu hỏi cũng như trả lời
Mùa xuân hoa nở thắm tươi
Còn tôi héo hắt nụ cười tháng tư
Bên trời tâm loạn ý hư
Nửa đời biệt xứ ao tù máu tim
Lật trang sử cũ mong tìm
Chút gì lý giải truy tìm căn nguyên
Dẫu đời lính cũ đảo điên
Vẫn còn vết sẹo chưa liền thịt da

Sông ra biển chia nhánh xa
Nhánh nào gần lại cho ta tìm về
Tiếc là còn lắm ê chề
Tình người như lậm bùa mê giữa đời.
Ta đành trích máu viết lời
Gởi theo dòng nước chút hơi thở tàn.

Trên dốc đá

Trên dốc đá sỏi ngời bóng nắng
Hắt vu vơ theo ngọn gió đìu hiu
Người lên dốc nửa chừng thở dốc
Giục giã bước chân phiêu hốt ngại ngần
Ngày chưa qua đêm vời vợi tới
Kiếp nhân sinh vượt mấy dốc đời
Hoa lá bốn mùa thở dài thoát xác
Chứng tích thời gian là những đổi thay
Dấu ấn xoay tròn trên từng thân phận
Như cánh bèo trong vũng xoáy, như mây bay

Ai cũng biết đời lữ hành hư ảo
Đi loanh quanh rồi lại quay về
Chỉ khác khi đi xanh màu lá
Và lúc về ngõ cụt tối đen
Niềm an ủi là bóng thuyền bát nhã
Đưa sang sông ghé bến vĩnh hằng
Trong cõi thực bến bờ là vô vọng
Là khói hương rồi cũng lụi tàn

Người đưa tiễn một hay ngàn dặm
Cũng sẽ phôi pha cũng lãng quên
Nên lúc còn trên bến sông thuyền đợi
Hãy cứ vui với dạ nguyệt nắng trong
Cứ hát ca với gió rong điệu nhạc
Đừng rung theo tiết tấu hoang đường.
Hãy cứ sống như đời này là thật
Vì chốn bụi hồng là sắc tức thị không

Hãy cứ sống thật lòng từng giây phút
Vì đổi thay không ngừng nghỉ bao giờ.
Khúc hoan ca mãi vang vang lời gió
Trọn kiếp người hoa tứ quý giao hoan.

Trên dốc đá nếu hình rơi nhịp thở
Đừng lo âu gió sẽ gọi bóng về.
Mặc đường đời dù trăm ngả nhiêu khê
Và cát bụi chân trần đưa viễn khách.
Về nơi ấy, ai cũng về nơi ấy
Cõi vô cùng ảo hóa mênh mông

Trên dốc đá buồn trông sông chảy
Vắng tiếng chèo khua nước động âm ba.

Gõ cửa mùa đông

Trên nhiệt kế đang xuống gần không độ
khác gì ta đông đá từ ngày
ngày mùa đông tóc xanh mười năm trước
cho đến nay tuyết đã trắng đầu
hoa tuyết bay như lòng ta tan tác
chạm mặt đường trơn trượt lạnh tanh

gió tứ phía thổi ngang luồn dọc
nhịp thở bốc hơi tê cứng miệng người
chưa tàn thu - đông vội vàng ập tới
thu dấu yêu theo gió vời xa
ta ngơ ngẩn bên đường vắng lạnh
gọi tên người khan tiếng hụt hơi

cứ mãi nghe tiếng vọng vang ơi ới
giữa bốn bề đông lạnh tuyết mênh mông
đã khô lệ vì lệ rơi là đông đá
không còn hơi vì hơi thở khói tàn
chân bước thấp bước cao giày vẹt gót
bóng nghiêng xiêu cố níu hình hài
chỉ mới đầu đông
trời ơi ta đã
Nhuốm hoang vu lạnh ngắt giữa trời mê
chiếc nhiệt kế
vẫn lạnh lùng hạ nhiệt
như thời gian rơi xuống chạm niềm riêng

đêm giáng sinh ta như hóa đá
ánh sáng nào soi sáng đêm ta
đêm giáng sinh
chúa làm người dương thế
bên hang lừa máng cỏ bê lem
ta như gã mục đồng thiếp ngủ
hơn hai ngàn năm trước trong mê
chưa thấy hồng ân vẫn cầu xin không ngớt
cho tâm bình để thế giới bình
cho tâm an để đời được tịnh
cho người xa người gần lại cùng nhau
và riêng xin một ngôi sao lạ
cho chính ta ánh sáng nhiệm mầu
soi sáng ngàn xa dặm dài cuộc lữ
ban phát cho đời hai chữ tin yêu

để noel không biệt ly chia cách
và đêm đen rực lửa ánh sáng ngày
những bông tuyết sẽ tàn bay theo gió
để mai kia xuân vui kéo nắng về
cho ngàn cây lại lung linh màu lá
cho đất trời lại thơm ngát hương hoa.

và em ơi - chính em sẽ thấy
anh vẫn chờ dù hóa đá ngàn xa.

Xuân mới hay là...

Lẻ loi vạt nắng cuối chiều
Sắt se gió thổi tịch liêu bên đời
Phương Tây nắng nhẹ tuyết rơi
Biết phương nam ấy xuân thời có vui
Cho ta gởi chút tình người
Nhen lên ngọn lửa ấm trời quê xa
Thế gian còn lắm ta bà
Đời người luôn vẫn chỉ là sắc không

Sáng nay vừa mới điểm hồng
Giật mình đã thấy mênh mông bóng chiều
Ở đây xuân vẫn quạnh hiu
Buồn vui chen lẫn ít nhiều phong vân
Người trong am tự vẫn gần
Hay xa nhân thế ngại ngần bước chân
Tiếng chuông tỉnh thức khai tâm
Ao tù nước đọng thăng trầm nghiệp duyên

Đời vui buồn có căn nguyên
Còn ta hành giả chưa quên phận người
Vẫn nhìn thế giới bên trời
Vẫn vương vẫn mắc chuyện đời thế gian
Hóa ra lòng vẫn tham lam
Sân si ái dục thâm tâm mãi còn
Vẫn vui với rượu với đàn
Lòng trần chưa dứt còn mang lưới tình

Thôi thì về lại cõi mình
Mười phương rưới rượu nhặt hình bóng rơi.

Ngũ Phụng

Ngũ Phụng tề phi còn mãi nhớ
Bên nớ bên ni lạc vần thơ
Sộng Thu ngày cũ êm đềm ấy
Nước có còn xanh bèo có trôi

Hay là nước nghẽn đang chờ sóng
Bên bến Hội xưa mưa lại rơi
Giọt lệ từ ly như vôi vữa
Trắng cả hồn ta lạc hướng đời

Người đi kẻ ở là chia biệt
Hai hướng đông tây cũng ngậm ngùi
Sông Thu bồn chảy ra cửa Đại
Hay ngược nguồn trôi bến xa bờ

Bao năm trầm tích như hóa đá
Đá cũng mòn theo nước buông xuôi
Con thuyền viễn xứ mờ hư ảo
Sương khói chiều lên bạc mái đầu

Đã bao Thu quạnh qua đời nhỉ?
Đếm trước tính sau cũng bọt bèo
Một thoáng mây bay là bay mãi
Riêng ta hồ hải vẫn ngặt nghèo

Chiều lên Thu tận rưng rưng nhớ
Nghe gió đông về tự ban sơ
Xóa tan hơi ấm ngàn thu cũ
Ta còn băng giá giữa hôn mê

Thu tận chiều lên chiều đông đá
Lòng ta lạnh buốt nhớ quê xa
Biết người năm cũ còn chờ đợi
Hay đã sang sông bỏ lại nhà

Ta tự hỏi ta nào dám trách
Vì đời thuận nghịch đá vàng phai.

Bóng núi cây rừng

Anh viết câu thơ ngày thu quạnh
Trên gam màu lạnh xám vây quanh
Anh gởi hồn điên u ẩn nhớ
Những giọt lệ khô rơi mong manh

Thuở ấy vấn vương hương da thịt
Trinh nguyên thơm ngọt nụ hôn thầm
Quấn quít bờ môi như không dứt
Tiếng rên nhỏ máu giục sóng ngầm

Xiêm y gởi gió quay cuồng gió
Anh nhập vào em em là ta
Từ đó anh ngập tràn phấn chấn
Mình ơi hai tiếng gỡ không ra

Cứ ngỡ như tình cây với núi
Ngàn năm kề cận một đời vui
Vậy mà em đã đi - đi thật
Muôn dặm trùng khơi sóng dập vùi

Anh về đốt hết tàn y cũ
sũng nước từ nay chẳng ai phơi
Em xa đất mẹ xa kỷ niệm
Anh trải đời hong nắng đợi chờ

Cho dù chờ đến thiên thu tận
Và anh có hóa đá dại khờ.
Cũng xin như tình cây thương núi
Muôn chiều gió lộng vẫn xanh tươi.

Tết vẫn còn xa

Biển rộng trời cao ngày ngắn quá
Nắng mai chưa tắt đã chiều lên
Chí lớn còn đây hồ trường cạn
Tóc xanh phai nhạt đời lênh đênh

Phương nam trời cũ còn rên xiết
Quê mẹ ngày xưa đã tang điền
Dặn lòng thôi nhé quên ngày cũ
Nhưng mỗi lần quên mỗi nhớ thêm

Nhất là năm hết là tết đến
Tức tưởi oan khiên cứ dồn lên
Lòng lại xôn xao bao nỗi nhớ
Ơn Cha nghĩa mẹ vẫn chưa đền

Ly xứ bên trời như hành giả
Một dặm trường xa một bước đau
Bốn bảy năm qua đau lòng tết
Đầu năm đâu hưởng trọn niềm vui

Là lại hẹn lần rồi hẹn lữa
Mẹ ơi năm tới tết con về
Cứ thế ngày qua như hơi thở
Sang sông còn lạc lối bờ mê.

Biển rộng trời cao ngày nhật thực
Năm tàn tháng tận vẫn xa quê.
Đành gởi chút hương về với gió
Thay nhang tạ lỗi tết không về.

Ngày đầu năm

Cà phê đã cạn sương đầy ly
Hiên nhà hiu hắt nhớ người đi
Về đâu đâu nhỉ đầu xuân lạnh
Tóc trắng ngày qua đã lỡ thì

Nghe như tiếng thở buồn trong gió
Nắng sớm mưa chiều ai có hay
Ly khách còn mang đời lận đận
Bên trời một bóng mãi trông mây

Mùa xuân ai bảo xuân nắng mới
Chỉ thấy hương tàn khói sương bay
Gió hú miên man như đồng quạnh
Chỉ vài hôm nữa tuyết sẽ đầy

Lại thêm áo ấm thêm chăn gối
Biết có ai qua gõ cửa đông
Thắp giùm ngọn lửa xưa tàn lụi
Cho ấm lòng ta sáng bếp hồng

Gió lạnh len qua khung cửa hẹp
Lục lọi từng ngăn dấu yêu buồn
Đêm tối vây quanh như đông lại
Siết chặt bóng ta vỡ cả hồn

Bên ngoài nghe tiếng cây trở dạ
Vặn mình ngăn gió chặn hoang liêu
Đầu xuân ngày lạnh trời xứ lạ
Hoa chẳng bao giờ nở vì ta.

Tết mình ta

Sáng ngày một ở đây yên ắng quá
Lớp lớp sương rơi ướt đẫm hiên nhà
Chao ôi nhớ quê xưa chờ Tết đến
Khắp làng trên xóm dưới rộn lời ca
Nhớ đêm ba mươi quây quần canh thức
Chờ mẹ cha lễ bái cúng giao thừa
Nồi bánh chưng thơm lừng mùi nếp mới
Chảo mứt dừa tới lửa ngát hương đưa.
Sau giao thừa là đì đùng pháo nổ
Tiếng trẻ con rộn rã hát đồng dao
Sáng mùng một trai làng cùng gái trẻ
Áo mới còn nguyên hái lộc lễ chùa

Trời đất giao thoa thanh bình mấy độ
Người người phơi phới đón Tết mừng xuân
Đã tròn năm đã qua nhiều cam khổ
Tháng giêng còn vui đủ với người thân
Chỉ hình dung cảnh Tết nhà quê cũ
Là buồn lên thân phận Tết miền xa
Ngày đầu năm nhà nhà đều kín cửa
Ai biết là Xuân lạnh tết mình ta.
Đã bao năm chưa hề vui đoàn tụ
Tính làm gì ngày tháng đã phôi pha
Biết bao giờ cảnh thanh bình xưa cũ
Lại trở về khi nhớ Tết quê nhà.

Có ngày ấy ta sẽ về thật đấy
Thắp nhang thơm cúng tạ hết ta bà.

Nhịp đời

Mùa Xuân đến đời người thêm ngắn lại
Gánh não nề nặng trĩu hai vai
Con đường nhỏ đã thành quá lớn
Bóng người qua hắt nắng đời nghiêng
Nắng quái chiều hôm rát đau da thịt
Cũng không đau bằng nỗi nhớ quê nhà
Biết phương ấy có ai chờ ai đợi
Hay chỉ là vũng tối mênh mang
Lòng quặn thắt niềm đau quê mẹ
Biết khi nào nhà hết niêm phong
Biết khi nào người nhìn người rạng rỡ
Ngập niềm vui lúc hạnh ngộ bất ngờ
Biết khi nào lúa ruộng đồng bát ngát
Chín vàng lên áo nắng sáng ngời
Biết khi nào xóm làng mở hội
Hội đồng bào tình nghĩa một thời xa.

Dẫu đã xem đất người như cố thổ
Sao trong lòng vẫn nhớ chỗ chôn nhau
Ai đó hỏi khi nào về quê mẹ
Câu trả lời là im lặng xót xa
Sông có khúc đời người có lúc
Sóng lòng ta vẫn vọng âm ba

Mùa xuân đến buồn vui đong đủ
Vui vì hoa vẫn nở cho đời
Buồn vì ta lại thêm một tuổi
Chí lớn chưa về tay trống không.

Thu cổ tích

Ai đó bảo mùa thu sầu ly biệt
nỗi buồn lên cho mây xám kéo về
và gió chướng trở mình rung hồn lá
lá khô rơi tan tác muôn chiều
sắt se thêm cho thu mềm áo lụa
tóc vờn bay theo gió thu êm
ngọn đèn vàng không ấm lòng lữ thứ
khách qua đường lặng ngắm hư vô

công viên chiều gió chiêu hồn lá
sương trắng lên trời đất man man
yêu dấu cũ chập chờn quanh trí nhớ
giữa hoang đường hiện thực hóa liêu trai
đêm dài thêm từ thiên thu xa biệt
nỗi nhớ người tràn men đắng tình cay
nai vàng nào giẫm lên xác lá
cho mắt buồn ngơ ngác dõi trông mây
gió ơi gió lặng yên chút nhé
giữa mơ hồ phiêu hốt khói sương đầy

khúc bi ca hoài thu chưa tận
tiếng tì bà nối nhịp cổ thi
đêm xao xuyến gió xào xạc thở
đêm bốc hơi sương lạnh ướt xuân thì
ai đó bảo thu về tha thiết nhớ
nhớ được gì sau thương hải tang điền
ai có nhớ cô hái dâu cổ tích
và quân vương kỳ ngộ đã ngàn thu.

trang sách cũ còn ép hình phiến lá
dệt tơ tằm thành dãi lụa sông ngân
cho ô thước bắc cầu lỗi nhịp
chỉ một lần là ly biệt ngàn năm.

thu ơi thu! đã bao mùa thu cũ
lời hẹn hò thành thạch tự vô ưu
khách dừng chân ngậm ngùi ứa lệ
vẫn hoài thu từ những biệt ly.

nghe đỗ quyên gọi hè xa khan tiếng
thu vẫn là thu
đến rồi đi.

Tháng Giêng ta

Cơn gió lạ thoảng qua trí nhớ
Đã tháng giêng sao lạnh thế này
Có phải vì bao năm xứ lạ
Vẫn chưa quen phong thổ quê người.

Có phải vì tháng này bên ấy
Là tháng của hoa, của lụa là
Những tà áo muôn màu bay ghẹo gió
Gió ngoan hiền trổ nụ tầm xuân
Ơi! Cô em mùa xưa chạm ngõ
Nay có còn như thuở thơ ngây
Ơi! Mái nhà rêu phong cổ tích
Hãy còn nguyên hay đã nghiêng xiêu

Tháng giêng ta
Tháng ngời hy vọng
Tháng rộn ràng phơi phới những niềm vui
Tháng mới về quên buồn vui cũ
Tháng mượt mà xanh tóc tình nhân
Nay cô em ngày xưa chắc đã
Qua niềm vui ngồi đếm tuổi đời
Ta tóc bạc mây trời phiêu lãng
Vẫn phong trần theo tháng ngày trôi
Con nước lớn nước ròng mấy độ
Sao bến ta vẫn bên lở bên bồi
Nhớ - nhớ quá
Tháng giêng ngày hoa mộng
Vui đất trời cao rộng bình yên
Làm sao níu thời gian lại nhỉ
Cho bàn tay nắm lấy bàn tay

Đếm dấu tích thăng trầm dâu biển
Đong nỗi niềm chưa hứng đầy tay
Trút tâm tư vào những cơn say
Lòng tức tưởi tháng giêng qua vội quá
Ơi, ta ơi!
Sao lãng phí tháng ngày
Mãi say khướt bên đời hoa mộng mị
Dựa cội mai già xơ xác tàn đông
Ánh trăng tròn tháng giêng vừa tới
Hội trăng rằm ngày cũ đã qua
Sao lòng vẫn ơ hờ nhân thế
Mãi gối đầu trên những tàn dư.
Sao vẫn mơ những điều không thật
Sao vẫn bi hờn những thua thiệt đắng cay
Được mất gì ngoài niềm đau bất biến
Cuối cùng là
Vẫn ảo vọng gió bay.
Bao Tháng giêng là bao lần tự nhủ
Phải bắt đầu làm mới từ đây
Không đếm hết đã bao lần làm mới
Sao vẫn mãi là
Như cũ không thay.

Thôi đành thôi, tháng giêng nào cũng vậy
Tự mở lòng vui với hôm nay
Cứ mộng mơ cứ thả hồn theo nỗi nhớ
Cho tháng giêng tròn
Vui trọn mùa trăng.

Sáu tám cho Từ Dung

Câu đầu sáu chữ tuyệt vời
Câu sau tám chữ một thời dễ thương
Hai câu sáu tám ngát hương
Như hoa Quỳnh nở miên trường tha phương

Cám ơn em đã chung đường
Sát vai kề bước đời thường có nhau
Câu ca dao cũ thấm sâu
Vào trong tiềm thức trước sau vẫn cần

Cám ơn em thêm bội phần
Cùng qua cầu gió chẳng phân vân gì
Từ ngày xa nước phân ly
Em như ngày cũ xuân thì không phai

Trong anh em mãi trang đài
Bỏ quên khuê các dặm dài tương thân
Bóng hình không hề chia phân
Dù đời nghiệt ngã phong trần lấm chân

Cám ơn em rất nhiều lần
Cũng chưa trả hết nợ nần trăm năm
Thôi thì cứ là trăng rằm
Xuân thu mãn nguyệt tơ tằm có nhau.

Cho đời luôn mãi thắm màu
Cận kề không sợ tóc sầu sương pha.

Bàn tay

Bàn tay quấn quít vấn vương
Vờn trên da thịt dọn đường ái ân

Xem như cơn gió ghé qua
Thổi tung vạt lụa xé tà áo lam
Bàn tay như ngọn gió vờn
Từng phân da thịt vuốt cơn mê chiều
Sóng lên trống giục giường xiêu
Tiếng chuông cảnh thức tịnh thiền ngủ say
Giọt hồng sương giọt ngất ngây
Khát khao nỗi nhớ rơi đầy vực sâu
Cám ơn đêm ấy nhiệm mầu
Áo màu lam khói qua cầu gió bay.
Chỉ còn tay níu bàn tay
Trong cơn mê sảng mới hay diệu kỳ.

Tay trong tay bất phân ly
Vờn trên da thịt đường thi lạc vần

Vẳng vẳng đàn cò

Giữa trưa nghe tiếng đàn cò
Âm thanh réo rắt câu hò xa đưa
Buồn lên sông nước Thủ Thừa
Đò qua mấy trạm bến xưa nào còn
Miền tây tình vẫn vuông tròn
Mà sao ray rứt bãi cồn quạnh hiu
Vẫn là con nước liu riu
Mà sao như thể dập dìu sóng đưa
Từ xa bến nước thủ thừa
Chợt nghe vẳng tiếng người xưa gọi đò
Chập chờn theo tiếng đàn cò
Giữa trưa quạnh vắng câu hò bể đôi.

Trời ơi nhớ quá đi thôi
Tiếng đàn lỡ nhịp nước trôi qua cầu
Nước trôi nào biết nông sâu
Chạnh lòng lại nhớ sáu câu xuân tình.

Tiếng đàn Nhị

Tiếng đàn nhị nghe qua ai oán
Chiều đầu đông lại nhớ nguyệt cầm
Cầm đứt dây Nguyệt còn viễn xứ
Lồng lộng đêm ai oán xa gần

Bờ lau lách thuyền neo lặng lẽ
Lục bình trôi còn níu chân cầu
nhịp cống xề rít theo tiếng gió
Buốt lạnh sống lưng sóng về đâu

Tiếng đàn nhị bay theo cánh gió
Thổi bùng lên quá khứ tro than
Câu hò lã xuôi miền sông nước
Dọc bờ xanh một thuở ân cần

Em cô lái đò hoa chợ Thượng
Anh gác cầu bến Hạ, em qua
Em vẫy tay chào anh ngơ ngác
Là đêm về mơ mộng trăng hoa

Chỉ có thế sao cứ xa là nhớ
Lòng nôn nao khi vắng đò xuôi
Em trên sông anh bên cầu lở
Chưa gần nhau chưa nói hẹn hò

Những cứ tưởng chèo xuôi gió thuận
Nào ngờ đâu khói lửa bùng lên
Ngày mùng một ngày còn hưu chiến
Chiếc đò hoa kích nổ phá cầu

Em cô lái phiến quân du kích
Xác trôi sông hồn gởi gió mây
Chỉ có thế chuyện là như thế
Mái chèo xưa ngược nước ai bày

Dây đàn nhị trong anh đã đứt
Em Nguyệt Cầm phiêu hốt về đâu
Anh vẫn nhớ tóc xanh sóng biếc
Bến sông xưa cô lái với đò hoa.

Giọt mưa

Giọt buồn rụng xuống hiên nhà
Là mưa xuân lạnh hay là lệ rơi
Cho người trách đất giận trời
Ru chi câu hát nát đời ca dao
Lời thơ như gió lao xao
Thổi vào tâm thức lay hồn chiêm bao
Trên cao còn ngàn vì sao
Đời ta sao sớm tiêu hao thế này
Buồn lên tỉnh giấc ngủ say
Ngoài kia hiên lạnh mưa đầy gió tây
Gió tây sao thổi về đây
Cho rung nỗi nhớ bóng mây xa vời

Còn đây dấu ấn tuyệt vời
Trăm năm chắc vẫn mộng vời cố nhân

Thương về núi Ấn sông Trà

Nước sông Trà quẩn quanh trong trí nhớ
Núi Ấn còn ghi dấu tích quê hương
Ôi thương quá xứ cằn khô sỏi đá
Vẫn đứng lên từ kiêu hãnh kiên cường

Núi Ấn sông Trà nuôi tình dân nẫu
Mỗi gặp nhau là ứa lệ rưng rưng
Dẫu cách xa vẫn nghìn trùng thương nhớ
Đất khó dân nghèo tình nặng nghĩa sâu

Ai gặp khổ mới biết thương đất khó
Có gian nan mới vững chí kiên cường
Sông nước quê ta chở tình xứ quảng
Vẫn nổi trôi theo những nhánh sông đời

Đất Quảng quê tôi một phần xứ Việt
Không thể tách rời dù đã xa xôi
Người ở bên trời lòng vương cố quận
Mưa nắng hai mùa đất khó người khôn

Biết khi nào về thăm quê xứ cũ
Để một lần tắm lại nước sông Trà
Để đón gió trên đỉnh cao núi Ấn
Để thả hồn theo những khúc đồng dao

Ôi, quê tôi gừng cay thương muối mặn
Người dân tôi trăm đắng cũng cười trừ
Đầu vẫn đội trời chân trần vượt khó
Truyền thống ngàn xưa giữ nghĩa trọng tình

Ngày tháng dần trôi, xuân đi xuân đến
Đã mấy xuân xa cách biệt quê nhà
Lòng quặn thắt nhớ thương mùi cố thổ
Biết khi nào về thăm lại quê ta.

Thôi cứ hẹn mai cùng về người nhé
Ngày không còn "cờ đỏ dưới mưa sa."

Trang báo cũ

Tình ý chữ vẫn còn thoi thóp thở
Dẫu hiên đời đã vắng bóng người qua
Thương biết mấy những người lê lết sống
Bên trời xa xứ lạ vẫn thiết tha

Ngày trở về quê hương trời rợp bóng
Cờ vang bay lồng lộng khắp không gian
Cờ vang bay theo từng con chữ nhỏ
Nhưng lớn vô cùng nước Việt mến yêu

Thời gian gõ nhịp đời trên trang báo
Báo có nhàu chữ nghĩa vẫn thâm sâu
Vẫn trăn trở trong tim cùng nhịp thở
Là những người yêu quê mẹ. Đương nhiên

Thương biết mấy những mái đầu đã bạc
Sống vất vơ vất vưởng chẳng bình yên
May còn bạn là những trang báo cũ
Tìm lại chút gì để khỏi lãng quên.

Trang báo cũ nhưng tình người không cũ
Chữ nghĩa còn là đất nước còn nguyên

Nhan sắc

Bức chân dung không giống
Dù tô sửa nhiều lần
Vẫn vô hồn trống rỗng
Như tượng sáp lạc thần

Dù màu son có nhạt
Mắt biếc vẫn trữ tình
Anh xin em hãy cứ
Giữ nguyên diện mục mình

Giữ nụ cười đằm thắm
Giữ ánh mắt sáng ngời
Đừng tô thêm gì nữa
Nét đẹp tự nhiên thôi

Hãy như thơ NguyễnBính
Chỉ thương mỗi chân quê
Thơm hương đồng cỏ nội
Xanh biếc dòng sông mê

Hãy giữ dây lưng đũi *
Cứ mặc yếm lụa sồi
Áo tứ thân còn đó
Khăn mỏ quạ đừng rời

Cứ thế thôi em nhé
Chân chất nét quê mình
Như lúa xanh con gái
Trên cánh đồng nguyên trinh

Nét cọ nào vẽ được
Chân tâm trái tim người
Màu sắc nào lấp được
Những nếp nhăn cuộc đời

Cố làm gì em nhỉ
Khi ngày tháng phai phôi
Dù cố tô, chỉnh, sửa
Vẫn chỉ là mình thôi

Hãy cứ như thuở ấy
Xanh xuân chẳng hề phai
Hãy cứ yêu chân chất
Mặc giông gió đường dài

Đừng như người ca kỹ
Trên sân khấu diễn tuồng
Khi màn nhung khép lại
Son phấn nhòa lệ tuôn

Mỗi sáng mai nắng dậy
Là ngắn bớt thì thời
Nhưng em ơi hãy nhớ
Chân chất vẫn tuyệt vời.

Ý thơ Nguyễn Bính

Trăng khuyết

Mưa gió cuối mùa hoa vẫn nở
Người với người sao lại thờ ơ
Tình ý xưa nồng nàn khát vọng
Nặng tâm tư thương nhớ đôi bờ

Ngàn chén đắng uống hoài không cạn
Giọt ly bôi lay động càn khôn
Thân ly khách bên trời ngã ngựa
Bóng trăng mơ khuyết tật chưa tròn

Vườn cũ

Ta về tìm lại vườn cây cảnh
Dẫu đã hoang tàn mấy mùa qua
Vẫn còn lác đác hoa cỏ nở
Lá rơi hiu hắt rụng quanh nhà

Vẫn vài lão bạn già tứ chiến
Nay xếp tàn y vui điền viên
Mặc đời lắc léo thời ngược gió
Vẫn ngước mặt lên đối thanh thiên
Hũ rượu Cúc thơm ngày Thu quạnh
Cũng ấm lòng nhau mấy canh dài
Cũng chờ cũng đợi trăng tròn đến
Cùng chuốc chén cay cạn chén đầy

Cũng luận thế thời xuyên kim cổ
Vỗ bàn gõ nhịp lý ngựa ô
Ngửa cổ trông lên thêm chén nữa
Mượn thơ ngâm khúc Hậu đình hoa*
Thế thời phải thế Xuân Thu cũ
Nhắc kỷ niệm xưa thuở tội tù
Đào đất chai tay hồ không nước
Oằn lưng gánh nặng cát đắp bờ!

Có gã nổi khùng vung quyền cước
Tả hữu quay cuồng chẳng giống ai
Đã đủ ngất say kêu uống nữa
Đêm nằm đất ngủ mặc sương dày.

Ôi những bạn già thời quân ngũ
Từng cùng đơn vị trại tù chung
Nay vui gặp lại bên trời gió
Hải ngoại bi ca cũng một phường.

Chỉ tiếc lực tàn tâm không nỡ
Làm được gì đây bí thế cờ
Từng hẹn ngày về vui quang phục
Hỡi ơi! Năm tháng chẳng đợi chờ.
Ngậm ngùi về lại vườn cây cũ
Chẳng lẽ đối sầu tống tửu suông
Mùa trăng chưa đến vì khuyết tật
Còn ta khánh tận kịch vãn tuồng.

Hết sáng ngắm hoa chiều chiêu rượu
Chờ mãi xuân hồng đêm mênh mông.

*Ý thơ Dạ bạc Tần Hoài của Đỗ Mục

Tháng ba lụa nắng

Tháng ba lụa nắng tơ vàng
Vẫn còn thấp thoáng áo choàng khăn len
Hương xuân ẩm lạnh miếu đền
Đong đưa ngọn gió thổi lên bóng chiều

Dường như có tiếng sáo diều
Vang trong tiềm thức nói điều gì đây
Theo câu hát ví vơi đầy
Rung lên cảm xúc bóng mây xa vời

Trời ơi! Nhớ quá một thời
Tuổi thơ dĩ vãng ngọt lời mẹ ru
Đã bao năm tháng tuyệt mù
Chưa về thăm lại phù hư rã rời

Tháng ba như nhạc không lời
Liu riu ngọn gió bên đời lặng câm
Đông Tây xuôi ngược thăng trầm
Cầm bằng như ngọn mây tần xa trôi

Khác gì sông nước chia đôi
Ngược xuôi dòng chảy đãi bôi phận người
Sẽ về - nói như giỡn chơi
Khi còn lận đận nhịp đời hứng tung

Muốn leo lên ngọn cổ tùng
Trông về cố xứ níu lưng mây trời
Tiếc thay sức đã rã rời
Tay đau gối lỏng cuộc chơi đã tàn

Tháng ba còn chút rộn ràng
Cất vào túi nhớ nghe đàn ngang cung
Tự dưng tơ phím cũng chùng
Hóa ra ta đã thất tung bóng mình.

Tháng ba tháng của nghĩa tình
Đất trời sao lại lặng thinh thế này
Ngoài kia hoa gạo đỏ đầy
Trong ta nhỏ máu từ ngày ly hương.

Chữ cũng oan khiên

Ngày xưa Tần chúa thiêu người viết
Gom cốt trộn vôi đắp trường thành
Trường thành còn đó hồn chữ mất
Kinh thư theo gió cuốn bay nhanh

Vậy mà còn có người xuôi ngược
Truy lục tàn thư luận thế thời
Mấy ai thương nhớ ông đồ cũ
Bên cổng thành xưa đã khép rồi

Còn đâu nét chữ rồng phượng múa
Hoài vọng bạc phai tấm hồng điều
Sách vở lưu niên thành núi rác
Chẳng ai thèm ngó cũng du phiêu

Người viết càng ngày càng nát óc
Biết viết gì đây viết ai mong
Hỡi ơi chữ nghĩa còng lưng mỏi
Gục chết bên đường giấy trống không

Khi nghe câu nói còn chữ viết
Là còn đất nước lẽ tồn vong
Câu hỏi bung ra như dù mở
Trả lời trời đất rất mênh mông

Chỉ tội cho đời từng con chữ
Vẫn phải còng lưng gánh thế thời.

Điệu ru tình lính

Chuyện quân ngũ viết hoài không hết
tiếng nhạc vàng còn mãi vang xa
bolero điệu ru tình lính
từ hậu phương cho đến tiền đồn

bi đông đế chia đời chiến hữu
rưới rượu siêu sinh vọng chiêu hồn
hồn người sống điêu linh xứ lạ
hồn oan khiên tử sĩ vong thân

sống chết cũng một thời xung trận
tiếng quân reo còn quyện sắc cờ
Việt Nam ta da vàng máu đỏ
chia lửa chia đời chia lời ca

từ sâu lắng mịt mù quá khứ
tiếng quân reo còn giục lên đường
chinh chiến cũ sao như còn mới
mới hôm qua lửa dậy tứ phương

mới hôm qua còn nghe tình tự
bolero giục bước quân hành
còn lắng đọng trữ tình hứa hẹn
ngày quân về tấu khúc hoan ca

ngời sắc thắm vòng hoa chiến thắng
từ vinh quang khói lửa công thành
dẫu người đi không hề hẹn lại
vì biết đâu sống chết mong manh

bolero điệu diễm tình còn đó
vẫn xuôi dòng thơ nhạc mênh mang
vẫn chuyên chở buồn vui đời lính
yêu quê hương nhiệt huyết dâng tràn

mai sẽ về khi tàn binh lửa
tang bồng hồ thỉ trả nợ xong
sẽ đề danh trên trang sử mới
thiên hùng ca bất khuất tiên rồng

chuyện quân ngũ còn bên nỗi nhớ
bolero nhạc lính tình người.
ta lính cũ nhưng tình không cũ
vẫn còn yêu quá nhạc vàng ơi!

Như yêu lá vàng rơi thu quạnh
Và yêu em không thể nói bằng lời.

Gởi Phương xa

Gởi lời thăm hỏi người xưa ấy
Vẫn mong còn thắm tóc xanh màu
Tâm trong như ngọc hồn như biển
Mãi còn luyến nhớ thuở ban đầu
Ta như Còng biển đời xe cát
Mặc sóng cuốn trôi dấu chân yêu
Đêm nhìn sao sáng hồn mộng mị
Hiu hắt bên trời bóng tịch liêu
Người nhé cứ vui đời sống mới
Xin giữ giùm ta chút tình người
Mai kia về cõi vô cùng ấy
Sẽ gặp lại nhau không chia phôi

Tháng ba nắng chín trăng rơi

Tháng ba gió rớt trên tay
Tay chưa kịp hứng gió bay mất rồi
Làm sao ngăn lệ chia phôi
Cho đêm mãn nguyệt đừng rơi giọt sầu

Tháng ba nắng lụa sáng màu
Vờn lên theo gió trái mùa áo bay
Người qua nắng ngập hồn say
Nắng chưa kịp chín ta ngây ngất tình

Tháng ba mây biến thiên hình
Chim bay trời rộng phiêu linh cuối trời
Chỉ còn lại chút mây trôi
Tự dưng dừng lại chia đôi phận người

Tháng ba thuyền lại ra khơi
Bến bờ bất định sóng đời nhiễu nhương
Buồn lên con nước vô thường
Thuyền trôi đã mấy dặm trường trầm luân

Tháng ba trăng thượng tuần gần
Đường chân trời tím chia phần âm dương
Ngày đêm tương khắc vô thường
Như mưa và nắng đôi đường khác xa

Tháng ba lại vẫn tháng ba
Tháng vàng minh nhật tháng ngà ngọc đêm
Dù trăng đã rụng bên thềm
Sao còn nhớ quá môi mềm hương bay.

Tháng ba gió rớt trên tay
Lại cay con mắt lại mây che mờ
Dường như tình vận vào thơ
Cho ta hiểu được giấc mơ đã tàn

Tháng ba nắng vỡ sỗ sàng
Khép tờ lịch cuối bàng hoàng tháng tư.

Siêu sinh

Tháng tư ai sẽ đăng đàn
Siêu sinh tử sĩ trên trang sử buồn
Nửa đời chinh chiến vong thân
Hồn hoang vất vưởng hồng trần gió bay
Mồ hoang ai đắp cho đầy
Chưa xanh màu cỏ ai bày khói hương
Rượu nào rưới vọng thập phương
Trần ai cam khổ biết đường nào vui

Tháng tư còn đó ngậm ngùi
Bi hùng uất hận đời thui chột rồi
Đã là bốn tám năm trời
Như dòng nước chảy luân hồi về đâu
Một lời khó nói tròn câu
Trời cao tay ngắn nông sâu biển đời
Đã là lỡ một cuộc chơi
Quân cờ hạ thủ tàn hơi thở buồn

Tháng tư ai nhớ cội nguồn
Căn nguyên bi sử chiêu hồn việt nam
Tháng tư dẫu như tro tàn
Nhưng than còn đỏ chẳng tan bao giờ
Tháng tư gió chướng bất ngờ
Thổi qua nhà trống bàn cờ loạn quân
Hỡi ơi quan tướng quần thần
Sang sông thí chốt cán cân gãy rồi

Tháng tư nhớ tháng chia phôi
Tan nhà mất nước đời trôi bềnh bồng
Ngày qua như bóng ngựa lồng
Tóc xanh đã bạc huyết hồng cạn khô
Còn đâu chí lớn hùng đồ
Còn đâu khanh tướng cốt khô xây thành
Chỉ còn hơi thở mong manh
Buồn trông ải nhạn chỉ đành thở ra

Tháng tư máu đỏ chiều tà
Còn đầy ngăn nhớ giục ta gọi hồn.

Tháng tư vết sẹo chưa lành

Xưa mùa hè bão lửa
Chiến chinh dài tang thương
Tháng ba hoa gạo nở
Tháng tư máu đỏ đường

Xác người phơi không mộ
Tìm đâu ra khói hương
Đã qua thời cuồng nộ
Sao vẫn còn nhiễu nhương

Người tha phương có nhớ
Những tháng ngày tai ương
Tìm sinh trong đường tử
Vượt giông tố trùng dương

Như chim trời lưu lạc
Bay tám hướng tứ phương
Đất tạm dung an trú
Ngỡ như qua nhiễu nhương

Thường nghe tin cố xứ
Ngỡ đã hết bi thương
Nào ngờ oan khiên vẫn
Còn hiển hiện rất thường

Trên lầu cao ngất ngưởng
Dưới vải nhựa che sương
Những đời nghèo vô định
Vẫn không chiếu không giường

Người nhìn người vô cảm
Ngày lấn đất giành đường
Đêm tranh nhau bới rác
Thiên đàng mù vô phương

Chiến trường xưa đã khép
Đất nước vẫn hoang tàn
Tháng tư nào quên được
Ngày ấy phút tan hàng.

Nụ cười trào máu mắt
Không lấp đầy đau thương.

Tâm niệm

Dưới tro tàn vẫn còn than đỏ
Sẽ bùng lên khi gặp gió thuận chiều
Như nước lớn nước ròng sông biển
Cũng mãi là quy luật tự nhiên
Ai nhốt được thanh xuân ước vọng
Và ai ngăn tóc điểm sương già
Khi tàn đông là gió xuân lại đến
Theo vòng quay hạ trắng thu vàng
Trong tuyệt vọng có mầm hy vọng
Trong điêu tàn vẫn có ánh huy hoàng
Lời từ biệt chính là chưa biệt
Vì nói ra từ óc qua tim
Và ở lại trong tận cùng ngăn nhớ
Nên hề gì giây phút biệt ly.

Cứ vui lên dù tuổi đời khánh tận
Nhưng nghĩa tình chân thật chẳng phôi phai
Cho dù vai chẳng được kề vai nữa
Và cách chia đã thành sẹo lưu niên
Thì vẫn mãi còn nhau trong nỗi nhớ
Từ ban đầu cho đến ngàn sau

Lời tâm niệm vẫn còn vang vọng mãi
Cứ ngỡ đã là hóa thạch trăm năm
Nhưng hỡi ơi! Đời như dòng chảy
Xoáy vào đời tượng vỡ đá tan
Hiện tượng tự nhiên trăng tròn rồi khuyết
Nhưng ai hay sao xác hoại hồn còn.

Dưới tro tàn nếu than không còn đỏ
Cách âm dương là chia biệt thiên thu
Thì hy vọng là đừng tuyệt vọng
Hãy vui với đời dù chỉ một sat na.

Tự thân

Ta những muốn tự thân do kỷ*
Như ngựa không cương tỏa sống tự do
Tung Vó câu cuốn bụi hồng hoang mạc
Ngàn dặm xa hí lộng ngất trời
Vượt biên tái thành cao cửa cấm
Dù khó ngăn bão cát bất ngờ
Như đời sông qua bao nhánh rẽ
Thiên đường mù không hứa hẹn tương lai
Dòng đời trôi như nước nguồn ra biển
Ta đưa người
mai ai sẽ đưa ta
Những nụ cười luôn kề bên nước mắt
Giọt lệ khô là trống vắng tâm hồn
Tâm như ngọc thân là phấn thổ
Giữ làm gì chút danh lợi phù hư
Luôn ẩn hiện như sông chia ngàn nhánh
Có rồi không trong vòng xoáy vô thường

Vẫn biết thế nhưng lòng không muốn thế
Tự thâm tâm chưa an tịnh lục căn
vì vẫn muốn yêu người mê mải
Và vẫn yêu đời dù lắm nhiêu khê
Thân vô kỷ hay là do kỷ
Cũng chỉ là một đoạn đời thôi
Hãy cứ sống với ý tình tồn tại
Quỹ thời gian còn ít vẫn ra khơi
Và rong chơi với tự do trân quý
Tâm tự nhiên hồn lộng gió muôn nơi.

*thân bất do kỷ

Chuyện xưa nay

Chuyện xưa kể có một thời chữ nghĩa
Cũng oằn mình rên xiết nhỏ máu tươi
Hóa cốt tro tàn
Những đời nho sĩ
Khắp bốn phương vang tiếng thét gào
Đau lòng giấy nghiên khô mực cạn
Toàn dân đen nô dịch đắp trường thành
Oan khốc kêu than
Trường thành vạn dặm
Cũng không ngăn được vó ngựa hung nô
Dù đã có trong tay lục quốc
Mộng trường sinh Tần chúa* cũng vỡ tan.

Thanh sử còn nguyên
Nay sang trang mới
Tháng tư đen nước Việt lầm than
Cũng đốt sách cũng giết người viết sách
Thấm sử đời máu nhuộm hoàng hôn
Đêm bất tận ngàn năm bất tận
Thêm một lần lịch sử quấn khăn tang
Máu lệ miền nam dồn ra đông hải
Biển là mồ chôn
Huyết hải đáy thâm thù
Năm chục năm qua tháng tư uất hận
Vẫn còn nguyên những thước phim buồn.
Thế giới đại đồng tự do nhân bản
Cũng như không trong lòng thú đại cuồng

Nhớ ngày ấy thú về thành ngơ ngác
Nay lầu cao mặt lạnh hiện nguyên hình
Ngày nhiệt đới oi nồng tranh sống
Đêm dân đen bới rác tìm ăn
Rác như núi bên những lầu cao ngất ngưởng
Máu mồ hôi trộn lẫn tanh nồng.

Thế giới nhìn vào
Tưởng Việt Nam đổi mới
Nhưng hỡi ơi!
Vẫn xanh vỏ đỏ lòng
Ngoài đổi xiêm y trong tim lãnh cảm
Hút máu đồng bào bất kể lương tri
Đừng nói nhân quyền vì tự do không có
Chỉ có phép mầu là "thủ tục đầu tiên"
Đời tị nạn chưa qua khổ ải
Đã có người quên hai chữ tự do
Mà lịch sử đã viết nên bằng máu
Bằng những hy sinh thầm lặng ngàn đời
Đã vội quên những mồ sâu biển cả
Những ly tan trong cuộc đổi đời.
Biết nói làm sao sân si ái nộ
Vẫn còn nguyên trong bản ngã con người
Biết làm sao gióng chuông cảnh tỉnh
Cho chân như về với mọi người.

Tháng tư đen vết thương chưa khép miệng
Nhắc lại thôi cho bút khỏi đau lòng.

Tháng Sáu xứ người

Bài thơ tháng sáu dật dờ
Từng con chữ chống lưng đơ gối mòn
Ngả nghiêng khó viết cho tròn
Tình thơ ý chữ không còn hương đưa

Mơ về đất vĩnh ngày xưa
Phố nay thay xác nắng mưa đổi dời
Những cung đường cũ rong chơi
Một thời tuổi nhỏ đã vơi điệu hò

Đâu còn nghe tiếng gọi đò
Đong đưa bến bắc đôi bờ nhịp lơi
Đã xa Tống phước Hiệp rồi
Đi đâu cũng chỉ đất trời tạm dung

Đi đâu cũng gió cũng giông
Dẫu thân phiêu bạt vẫn trông ngày về
Trời ơi nhớ quá làng quê
Trà ôn vọng cổ còn nghe bên này

Long hồ văng vẳng tiếng thầy
Trong sân phơi thóc gốc cây ngủ nhờ
Trưa hè tháng sáu mộng mơ
Ve ru hồn phượng ầu ơ buông hờ

Bài thơ tháng sáu còn chờ
Từ ngày ly xứ xa bờ sông mơ
Bao năm mang kiếp sống nhờ
Sao còn quay quắt thẫn thờ nhớ mong

Vĩnh long ơi! Vẫn hằng trông
Về thăm phượng đỏ môi hồng năm xưa
Biết Khi nào hết gió mưa
Đò xuôi bến cũ sông đưa ta về

Mặc đời còn lắm nhiêu khê
Người ơi tháng sáu ta về cùng thơ.

Ngựa hoang chim biển trong mê

*Bài này viết nhân đọc bài của Tác giả Việt Hải viết về
Tôn Thất Phú Sĩ
 trong web Thủ Khoa Huân.
Thay lời tâm cảm.
Gởi TTPS và Việt Hải

Rừng xưa đã khép ai mở lối
Ngựa nhớ thảo nguyên vó câu dồn
Gió Bắc hồn Nam chân đã mỏi
Dặm dài cuộc lữ núi liền non

Chất ngất tái tê từng giọt lệ
Sau những nụ cười đẫm bi ai
Tôn Thất Phủ nào mà lưu lạc
Tình thuyền lòng biển chẳng hề phai

Câu thơ ai thả trên hoa sóng
Cho trắng lòng ai những đợi chờ
Trăm năm hồ thỉ còn nhung nhớ
Trên bến từ ly chẳng nhạt mờ

Phú Sĩ sơn xa in dấu ngựa
Chỉ có từ trong giấc mơ hồ
Cánh buồm phiêu bạt trên đầu sóng
Sóng nhớ ai mà sóng bạc đầu

Ngày về tìm lại Tôn phủ cũ
Gió mưa vùi dập đã hoang tàn
Cổng mất bình phong ai ngăn gió
Vạch cỏ sân xưa mất dấu hài

Ơi em Tôn nữ bên Phủ Đệ
Có nhớ ta không Tôn Thất về.
Bao năm phiêu bạt hồn tơi tả
Vẫn nhớ em thôi Tôn nữ, hề!

Tháng bảy mùa khô

Bài thơ viết giữa mùa nóng gắt
mềm mại ca dao lạc mất rồi
chỉ còn con chữ chanh chua quá
gai góc vườn ta cỏ úa vàng

nóng tự tâm can lan tì phế
khô da rát thịt mắt mù mờ
chút hơi thở ngắn như thiếu nước
rò rỉ âm thanh tiếng đục trong

mùa hạ bắt đầu như thế đó
mơ hồ thoảng vọng tiếng ve sầu
gốc hoa phượng đỏ thời đi học
biết có còn không sau nắng mưa
nắng mưa mưa nắng từ tao loạn
mây đọng càn khôn lửa hực tràn
tâm ta bất định đời vô định
làm sao buông bỏ những gai đâm
vẫn còn ran rát trong lòng ngực
máu tụ uất tràn dấu kim châm
con nước phù sa như ngưng chảy
đặc quánh đôi bờ bám thuyền con
thuyền vỡ cát rời lòng nước xoáy
biết ai tiếp sức nhịp hò khoan

trông về bến cũ xa vạn dặm
khuất lấp sau mây ngọn bắc phong
bắc phong cổ tích còn nguyên dấu
vó ngựa hồ nam vọng thiên thu
con đường dẫn đến an nhiên quốc
đã mãi ngàn năm vẫn gập ghềnh
thử cùng tự tại ôm nhau ngủ
vỡ giấc trầm kha mộng trang sinh
buông bỏ - bỏ buông từ tâm niệm
chỉ tiếc là tâm đảo bóng hình
chong đèn nhìn bóng trên vách đất
tự hỏi ơ kìa hình ai đây
là ta phục hoạt hay đã hoại
mà sao sương khói vẫn còn vây…

chợt thấy từ quy* sa dốc núi
một chiếc lá rơi rụng nguyệt tà.

Từ quy là chim đỗ quyên, cuốc, đỗ vũ

Dung Nhan

Em về soi bóng trên dòng nước
Có thấy buồn vui gợn sóng không
Hay là yên ắng như hồ tịnh
Hiển hiện dung nhan chẳng đổi lòng

Em ơi hồ dễ mười năm lẻ
Thời gian đứng lại mãi không trôi
Con nước có khi thông khi nghẽn
Dung nhan chỉ tạm trú rong chơi
Vẻ đẹp trong tim là trên hết
Vỏ bọc bên ngoài luôn đổi thay
Đừng cố nhìn mình trong gương nữa
Sẽ thấy mỗi ngày như gió bay
Sẽ thấy âu lo như chỉ rối
Đan thêu trên mặt sớm hao gầy

Da thắm sắc hoa rồi cũng nhạt
Chỉ còn thổn thức nhịp tim rơi
Mỗi lần anh nhắc em là nhớ
Nét chì xanh trên đôi mắt trong
Một thuở thanh xuân đầy nhựa sống
Chao ôi nay chắc đã như không
Hay là đã ẩn sau tròng kính
Bốn mắt vô hồn có hoài trông
Hai mắt già nua hai mắt giả
Khép lại thu đông một thì thời
Mùa xuân vi vút trên đầu gió
Nhị độ mai xưa đã nhạt nhòa
Chỉ còn nghe nhắc như huyền thoại
Chứ có còn đâu chuyện trữ tình
Tiếng thở dài sâu sai nhịp đập
Ngắn dài xuôi ngược máu dồn tim
Tất cả ngoại hình là phế tích
Chỉ còn nỗi nhớ vẫn còn nguyên
Mai kia lên chuyến tàu miên viễn
Hành trang giữ lại chút niềm riêng
Hãy nhớ nghe em đừng thất vọng
Đôi đường cách biệt vẫn chưa yên

Nếu lỡ nhìn mình trong bóng nước
Em ơi! Chẳng có khác gì đâu.
Con sóng phù du đâu biết nói
Gương vỡ tình còn yêu dấu xưa.

Nửa giấc mơ ngày

Chập chờn cánh bướm bay xa
Mộng Kim hồ điệp nhạt nhòa vỡ tan
Cháo kê quá lửa, lửa tàn
Hóa ra dị mộng đồng sàng gió mây

Nam kha say giấc chưa đầy
Tỉnh ra mới biết mơ ngày mộng trôi.
Thì thôi cũng chỉ vậy thôi
Gom mây ngăn gió một thời can qua

Đời riêng không một mái nhà
Đời chung theo ngọn sóng hòa biển khơi.
Dẫu nổi trôi khắp phương trời
Mai kia cũng sẽ về nơi quê nhà

Cho dù cát bụi phù sa
Cũng là cố thổ đậm đà quê hương
Sẽ đi thăm khắp ruộng vườn
Tìm xem cuống rốn có còn hay không

May ra hương lửa ấm nồng
Bếp tro ngày cũ còn hồng lửa than.

Mùa thu cây cỏ rối bời
Cảm tác thơ yên sơn

Nghe như tiếng thở dài trôi trên sóng
hồn ngất ngây như nhắp chén rượu sầu
thủy thượng yên ba còn vọng lại
dư âm ngày cũ vẫn còn đây...
bóng người yêu dấu tìm đâu thấy
đã vỡ mộng tàn theo gió mây
bên trời hiu hắt đèn dầu cạn
nô nức yến oanh đã vời xa
thanh xuân một thuở lòng rộn rã
chén rượu giang hồ gọi mời ta
sông Tương mờ mịt trong trí nhớ
nhớ bước chân qua những nẻo đường
cánh chim đơn lẻ còn gọi bạn
âm vọng ngàn xa khúc trầm ca
ta qua bao bến bờ hy vọng
chén vỡ bình tan hương rượu bay
giật mình tính lại mười năm chẵn
mồ hôi máu đổ gót chân chai
may còn giữ được hơi thở ngắn
nương cánh bèo trôi chẳng bến bờ
hỡi ôi, mới đó mà nay đã
sương nhuộm trắng đầu tóc vờn bay
sợi ngắn sợi dài theo nhau rụng
như lá thu phai trong mắt ai.

Mùa thu, thu đến bao giờ nhỉ
mắt biếc ngày xưa có còn xanh
chỉ thấy vàng lên hoa Cúc nở
trong nỗi niềm riêng cũng chạnh lòng
tình cờ thấy lại trang sách cũ
giấy đã vàng phai chữ chông chênh
nét bút học trò còn vương vấn
mực tím mùng tơi đã theo chồng
người về phố Huế vui tím Huế
tôn phủ tường cao cũng rêu phong
ta là khách lạ trên bến lạ
làm khách sang sông chẳng hẹn về.

Từ ấy mỗi lần
vàng thu thay sắc lá
những sợi tóc bay vương vướng lệ khô
cho dẫu cùng trời hay cuối đất
ta tự hỏi ta, ta là ai.

Thôi đành xin ước như Thu vậy
Chuyển mùa đổi gió lá thôi bay.

Bên bờ dịch thủy *

Mùa Thu cỏ biếc rối bời
Chiều theo cánh gió cuốn đời nổi trôi
Dập dềnh trên sóng luân hồi
Buồm xưa đã rách tàn hơi thở buồn

Khác gì trăng ghẹo hoàng hôn
Hồn say cố xứ dấu mòn gót chân
Yên ba thủy thượng xoay vần
Dư âm huyền thoại nguyệt cầm đứt dây

Sang sông tiệc rượu ai bày
Đi không trở lại gió mây tiễn người
Kinh Kha bái biệt không lời
Tiệm Ly gởi sáo tiếng cười vô âm

Bờ Dịch thủy sóng lặng thầm
Cỏ nghiêng bèo dạt níu chân anh hùng
Khác gì ta tháng ngày cùng
Hỡi ơi! Chí lớn trống không đời này

Mùa Thu gió tiễn mây bay
Còn ta ai tiễn chén cay ai mời
Sang sông sóng vẫn vỗ đời
Thuyền nghiêng chèo gãy cuốn trôi theo dòng.

Mùa Thu - Thu ảo vời trông
Ai thương xác lá giữa mênh mông chiều.

bến sông trong truyền thuyết Kinh Kha

Trăng thiên cổ

Vầng trăng khuyết tật ngàn năm
Đau lòng sương phụ tơ tằm rối tung
Giọt sương trên ngọn cỏ lùng
Long lanh chờ sáng cũng chừng ấy thôi
Dẫu cận kề vẫn xa xôi
Nhịp tim vô lý bờ môi hững hờ
Xa người lỡ nhịp cầu mơ
Nước non ngàn dặm câu thơ vô tình
Ta về vọng nguyệt riêng mình
Gần xa cũng đã vỡ hình bóng tan
Ngàn năm trăng khuyết chưa tàn
Trăm năm người sống vẫn bàng hoàng đau

Từ đấy lệ khô

Bảy lăm năm lẻ đường xa quá
Nặng gánh ưu tư những dặm dài
Mầm sống nào sinh mà không diệt
Đã biết thế mà mãi quắt quay

Chí lớn chưa về tay vẫn trắng
Sáng chưa đầy nắng đã chiều hôm
Vận nước đầy vơi sông còn chảy
Có khi tắc nghẽn trở ngược dòng

Thế sự phù vân ai cũng biết
Cho dù chân cứng đá chưa mềm
Vẫn muốn lên đường tung vó ngựa
Phá thành đạp lũy vượt bóng đêm

Hỡi ôi, chí lớn trôi như mộng
Xa nước xa nhà xa cố hương
Biệt ly từ phút nghe quân lệnh
Giờ thứ hai lăm dao súng buông

Lệnh hàng đồng nghĩa tan binh đội
Quan lính tranh nhau vượt biển đời
Thân sơ thất sở trời muôn dặm
Xuôi ngược về đâu cũng xứ người

Ngày qua tháng lại nung lệ nóng
Thành giọt thiên thu chảy tràn môi
Cứ mỗi lần cười là ướt lệ
Thanh âm tắc nghẹn, vỡ làm đôi

Một nửa cười khan khi thất chí
Nửa còn uất nghẹn máu ngừng trôi
Biết nói cùng ai lời tâm huyết
Cùng kiệt thời gian quỹ cạn rồi

Nhiều năm vết cắt chưa thành sẹo
Đầu đạn dưới da còn y nguyên
Chính là chứng tích ta thương tật
Dẫu chiến chinh tàn vẫn chưa yên

Vết thương như lá bùa sinh tử
Đã cấy vào ta tự thuở nào
Bảy lăm năm lẻ còn như cũ
Ai giải giùm ta bi uất này.

Cổ điển

Em như cái kén đang hoảng hốt
chưa vỡ tơ tằm đã rối tung
đêm nghiêng bóng lẻ
hình rên xiết
đã mấy trăm năm mấy ngàn năm
thế nằm nghiêng xuống bờ mộng mị
chờ một bờ vai
đỡ dáng xiêu
nét vẽ truyền thần
hồn phách lạc
anh lạc vào em như vào đêm

hân hoan gỡ rối từng mối thắt
biết nối vào đâu sợi chỉ điều
ngàn năm cổ lụy
trăng phế tích
soi bóng hoang sơ lót chỗ nằm
tình như gió tạt trên đồng cỏ
sao còn nhưng nhức
nỗi niềm riêng
chao ôi!
em đó ngàn năm lặng
hồn đá ta đây đã nhũn mềm
cứ mộng cứ mơ và đến nhé
cho giọt sương đêm quấn quít thêm
nghe như mật ngọt trên đầu lưỡi
ta chạm vào nhau
ta hân hoan

đêm còn khát sữa
đêm dồn nén
tình cứ rót thêm ướt chỗ nằm
cũng đành cúi xuống
càn khôn mở
sinh tử môn quan một chỗ này
quấn quít dấu yêu nào cũng vậy
hương lửa ba sinh lụy ai bày

giật mình tỉnh giấc mơ như thật
anh thành hành khất rất ngu ngơ
van xin chút nắng đừng tắt nhé
thắp sáng cho anh gói dại khờ
chao ôi! ngà ngọc đêm sao rụng
thể phách tinh anh ngát hương thầm
ai cấy bùa yêu êm ái quá
anh bằng lòng nhận dẫu thăng trầm.

chiếc kén rối tung
đêm du mộng
em ở trong tranh hay ở đâu.

Bến cũ người xưa
Kỷ niệm Hội Ngộ 13-8-2023

Bến cũ ta về hoang liêu quá
Đã có bao người bỏ cuộc chơi
Theo dòng nước chảy bờ vô định
Lòng vẫn quặn đau sóng nổi trôi

Ta như Thu gió tan tác lá
Lạc bước thăng trầm đoạn trường thi
Mỗi lần gặp lại nâng chén rượu
Tương ngộ bèo mâychẳng phân kỳ

Làm sao dứt áo ra đi được
Khi giữa ngổn ngang kỷ niệm đầy
Chén phạt chén mời cùng rượu cả
Cạn nốt đầy vơi giọt nồng cay

Bạn ở miền Tây nơi gió cát
Hay là Đông Bắc tuyết như mây
Ta ở miền Nam ngày nắng nóng
Nghĩ về bến cũ nhớ thương đầy

Thương đầy như gió thương cây vậy
Lá rơi nắng ấm vẫn nồng say
Đẹp ngày hội ngộ đêm bến mới
Bến cũ ngày xưa vẫn còn đây

Làm sao quên được thời tao loạn
Chiến hữu đệ huynh một bến thôi
Là bến quê nhà ngày xưa cũ
Một thời chinh chiến mấy nhan hồi

May còn gặp lại trên đất lạ
Dung tạm xứ người nắng mưa sa
Vẫn giữ trong nhau tình bến cũ
Máu vẫn dồn tim tuổi chiều tà

Ta đi nhặt bóng hoàng hôn rụng
Gom lại chia nhau nắng chiều buông
Hâm nóng rượu tình người xa xứ
Dốc bình chia cạn đáy hồ trường

Gặp nhau gặp nữa nhiều lần nữa
Bên bến cũ xưa nghĩa đậm đà
Mặc tình nước lớn trôi ra biển
Ta vẫn đò con xuôi bến xưa.

Bến cũ khác gì bờ thủy bạc
Lương sơn tụ nghĩa kết anh hùng
Một cõi trời riêng thân tự tại
Chỉ khác là ta mất quê hương

Chuyện xưa là thế nay cũng thế
Vẫn giữ trong tim máu rượu thề
Chỉ sợ thời gian không dừng lại
Hợp tan thời thế vẫn nhiêu khê

Hỡi ơi chí lớn trong thiên hạ
Ai rót giùm ta thêm chén đầy
Cạn niềm bi uất cùng bằng hữu
Bến cũ chia tay chẳng lạc bầy

Chia tay vì sẽ còn tương ngộ
Hẹn gặp ngày sau hội gió mây.

Gởi người vấn lệ trăm năm

Người ngồi vấn lệ ngoài biên tái
có ngời nắng gió tháp chàm xa
có nghe tiếng hát hờn Chiêm nữ
từ chế lan viên mắt mù lòa
trên những điêu tàn* thành quách cũ
thấp thoáng ma hời bóng vờn qua
còn nhớ hay quên phan rang gió
xát muối lòng đau rát thịt da
dấu chân bãi vắng ngày xưa ấy
bao đợt triều cương đã xóa nhòa

Người đi mang cả lời tình tự
trĩu nặng hai vai một gánh đời
vẫn nhớ em xưa xanh mắt biếc
như nước biển nhà yêu thuyền thôi
chao ôi nhớ mãi mùa sóng lớn
đã đẩy đời ta ra biển khơi
làm sao dịu lại lòng muối mặn
chà xát hồn đau khách xa nhà

Đã bao năm cũ qua rồi nhỉ
gối đầu thế kỷ hững hờ trôi
vẫn còn ngồi đó như tượng đá
tự hối lòng mình vấn lệ thôi
chỉ hiểu một điều luôn còn tiếc
quê hương đã mất có phan rang
vẫn đầy gió muối khô khốc thổi
suốt cả sống lưng rát xuân thì

Vẫn là **vấn lệ** vấn không thôi
trần ai bạc tóc đã cuối đời
sao còn nhưng nhức lòng vọng tưởng
chiêm nữ ngàn xưa nguyệt bạch hề**
xin chào gió cát ngàn xưa cũ
thổi suốt hoang vu một phận người
dù xa phế tích thành quách cũ
vẫn khó lòng quên những điêu tàn

Vẫn ngoài biên tái - ngoài biên tái
vấn lệ trăm năm giọt vắn dài.

*Chế lan viên (điêu tàn)
** ý thơ trần vấn lệ

Vấn là Vấn Lệ đêm trường

Gởi th.Trần Vấn Lệ

Anh Vấn Lệ ơi! Hỏi làm gì
Phận người đã mỏi cánh chim Di
Mây trời sớm nhuộm đầu xanh bạc
Bóng Hạc bay qua mất xuân thì.

Gió thổi không ngừng đời vô định
Tưởng tiếc ngàn năm chẳng thấy gì
Người trên đầu núi ta dưới núi
Hỏi nữa buồn thêm lệ tràn mi

Một đời Vấn Lệ không lời đáp
Chỉ thấy mây bay và biệt ly
Lễ tình yêu tới làm chi nữa
Cô quạnh mình ta có được gì.

Lục bát mùa Thu

1-
Thu nào lá chẳng rụng đầy
như anh mãi vẫn nhớ ngày gặp em
cùng nhau đốt lửa hong đêm
cho tan giá lạnh cho mềm nụ hôn

2-
Thu nào chẳng có hoàng hôn
ẩn trong mây xám ấm hồn viễn phương
khuê phòng thơm ngát mùi hương
rượu nồng nến sáng chiều giường có nhau

3-
Thu nào sương chẳng thấm sâu
vào từng điệu nhớ sắc màu vàng lên
cho hoa cúc nở bên thềm
cho dài yêu dấu cho thêm điệu đà

4-
Thu nào rụng hạt nắng sa
rơi vào khung cửa thu ta bên đời
mặc thời gian sóng nước trôi
tình ta đứng lại chờ người trăm năm

5-
Thu nào kén chẳng nhớ tằm
đan tình phong nguyệt thắm màu duyên tơ
mặc sông đời lắm bến bờ
bến ta luôn đợi ý thơ thu về

6-
Thu nào chẳng nhớ hẹn thề
người đi xuôi ngược xa quê không đành
quê ta sương khói xây thành
vàng mùa thu cũ vẫn xanh biếc tình.

Và kết
Thu đưa gió thổi vô hình
Vàng lên lá thắm lặng thinh lìa cành
Tình xa như nắng mong manh
Người từ thu cũ đã thành cố nhân.

Biến tấu mùa Thu

Người chờ tiếng sói đêm nguyệt mãn
Ta rót nhớ thương cạn đầy vơi
Hương tình rượu cũ trăm năm cũ
Sói gọi hồn ai giữa ngàn khơi

Biển Thu không lá vàng rơi rụng
Chỉ có sương rơi giọt ngại ngần
Theo tiếng sóng buồn ru xác lá
Khi gió muối về bóng phân thân

Chỉ một sat na đời biến ảo
Trong cơn mê thiếp mộng hư hao
Sói tru nguyệt mãn đêm đứng lại
Ai khóc bên bờ động ngàn sao

Trăng nước xa xưa như bất biến
Còn chút tình riêng chạm đời nghiêng
Sói tru nguyệt mãn người mây khói
Còn vọng dư âm lụy cửa thiền.

Làm sao cạn chén thiên thu nhớ
Chiều ngã bóng đời bước hụt hơi.

Thu nghiêng

Thu nghiêng còn níu tình tôn nữ
Từ biệt ly xa đã mấy mùa
Vàng lên sắc nhớ xanh rêu cũ
Phủ đệ ngày xưa Thu ướt mưa

Người đó ta đây bi cổ lụy
Không như sợi chỉ vốn mong manh
Nỗi nhớ lăn tròn theo giọt lệ
Ướt nhòa lưu bút thuở ngày xanh

Biết dòng Bến ngự trong hay đục
Tả hữu đôi bờ nỗi buồn sâu
Bếp Kho rèn cũ còn sáng lửa
Hay đã tắt theo nước qua cầu

Đã từng tự nhủ về thăm huế
Đối diện một lần khuê nữ xưa
Nhắc lại lời tư tình rất cũ
Mà sao còn mãi thiếu không thừa

Tôn nữ ngày xưa giờ chắc cũng
Qua sông vượt cạn đã đôi lần
Đâu còn chiều nép bên song cửa
Chờ gã tình si trước Phủ môn

Đâu còn nhớ những mùa Thu cũ
Nhặt lá bàng rơi kết mão hoa
Đâu còn rình tiếng chim cu gáy
Để đoán ngày mai mưa nắng qua

Làm sao kể hết thời thơ dại
Những chuyện vu vơ chẳng trọn lời.
Biệt xa năm tháng mòn hơi thở
Lạc dấu yêu xưa lạc bước đời

Huế của ta ơi trong thơ cũ
Có còn ai nhắc chuyện thiếu thừa
Khi ngồi gỡ tóc từng sợi bạc
Nỗi nhớ chắt chiu mấy cho vừa

Tóc xanh đã trắng màu sương khói
Vẫn mãi vấn vương Tôn nữ ơi.
Mỗi mùa Thu đến là thêm nhớ
Kiềng bạc áo hoa của một thời.

Chút Huế thôi mà

Hàng bè trời chợt đổ mưa
Xuôi về gia hội đò đưa ngược đường
Chợ đông ba bến sông hương
Người đi kẻ lại tha phương không nhà
Bến nhỏ thôi huế của ta
Mà sao sóng nước dồn xa thế này
Nhớ chi lạ nhớ đêm ngày
Câu hò mái đẩy rượu đầy trăng sao
Mạn thuyền vỗ sóng lao xao
Ru ta vào cõi mộng nào xa xưa
Vậy mà Từ thức gió đưa
Lạc vào tiên cảnh vẫn chưa vừa lòng
Thì ra vẫn nhớ tình sông
Hương xưa hồn huế ngược dòng thời gian
Hàng bè có vạn chài ngang
Xuôi qua cồn hến ngó ngang nguyệt biều
Có chùa diệu đế mái rêu
Tiếng chuông xa vọng rải đều tâm kinh
Trời ơi nhớ huế hữu tình
Huế còn nguyên đó riêng mình về đâu
Qua đò thừa phủ vớt sầu
Sầu như bọt nước vỗ câu mái nhì
Vọng chuông chiều vọng sầu bi
Buồn theo con nước mấy khi xuôi dòng

Qua hồ Tịnh Tâm

Ngày qua hồ tịnh
tâm không tịnh
bước bước chân xiêu nhớ chuyện mình
em như Sen nở từ bùn đục
hương ngát vàng lên nắng lung linh
anh gã trai tân chưa đủ lớn
vẫn ngắm nhìn em suốt mặt hồ.

Ghé quán cà phê Dung Bộ học
quyện hương hoa sứ mới lìa cành
gió đưa hoa rụng còn thảng thốt
rụng xuống đời nhau những nụ tình.
đường Đinh Bộ Lĩnh ra Thượng Tứ
mái ngói Hàm Nghi nghiêng xuống chào
thơ thẩn qua vài con kiệt nhỏ
rào giậu nhà ai rối tơ hồng
bên gốc ngô đồng vui tuế nguyệt
em cười như thể nụ sầu đông
hương trinh thiếu nữ còn thoang thoảng
trong nắng mai tươi rất dịu dàng.
anh gọi thầm em – em khuê các
không ở lầu son không gác cao
nhưng tâm trong sáng ngời ánh biếc
môi cười e lệ mắt như sao
đã thành lưu ảnh trong ngăn nhớ
chật cứng niềm riêng rất thật thà.

nhớ thời trai Huế mơ viễn phố
Sài gòn xa lắc ở trong mơ
ngại con gái Huế kiêu sa quá
đành thả lòng theo đất nam kỳ
em lại trách thầm trai tân Huế
mơ phố Sài gòn ngọc viễn đông
nên chuyện chúng mình treo lơ lửng
mùa gió thu sang rụng ngô đồng.

mấy chục năm qua
bốn mùa không đổi
chuông chùa Diệu Đế vẫn ngân nga
qua Tịnh Tâm sao lòng lại động
dẫu hồ sen chỉ còn chút hương thầm
bóng người xưa không còn bên bờ giậu
khuê nữ vào đời gánh nắng mưa
bụi đỏ cuốn chân gót hồng chai sạn
đã về đâu sau cuộc bể dâu
tiếng thở dài vọng từ quá khứ
cà phê Dung đổi chủ lâu rồi
vị đắng thơm còn gây nỗi nhớ
ly đen không đường và khúc trầm ca
trong giấc mơ màng thấy em khuê nữ
nay đã già nua bên mái hiên chùa
thầm gọi tên em
nụ cười vỡ vụn, lá ngô đồng cười cợt gió thu.

qua hồ tịnh sao lòng không tịnh
vì em ơi tình nhớ vẫn đong đưa.

Mưa dầm

Mưa dầm qua cửa Đông ba
Tường thành ướt lạnh không nhà trú chân
Ngã tư chợ Xép chia phân
Đường trơn ướt đất nương thân chỗ nào
Chợ không còn tiếng mời rao
Chiều nghiêng trút nước đầy hào rãnh sâu

Khách phân vân biết về đâu
Lối xưa cảnh cũ nhạt màu thời gian
Bên kia dãy trại trông sang
Đường Mai Hắc Đế ngỡ ngàng khách qua
Đương vào đại nội không xa
Hướng qua Tây lộc mưa sa mù trời
Vậy mà đi đã hụt hơi
Bước chân chưa tới bóng đời đã nghiêng
Ước gì gỡ được niềm riêng
Từ miền quá khứ truy nguyên ưu phiền
Đâu còn Huế cũ bình yên
Qua đò Thừa phủ sông nghiêng gió lùa
Bên ni bên nớ mây mưa
Mưa dai ướt đất cũng chưa vừa lòng

Thôi em Đồng Khánh trắng trong
Hai tà áo quyện ôm vòng lưng thon
Mưa ướt áo mưa giận hờn
Mưa qua Đập đá mưa dồn"mô ranh"*
Cho anh cứ mãi vòng quanh
Chờ em bên nớ không đành bên ni
Anh đâu phải Phật từ bi
Nên không quên được một khi đã là
Bên nhau mê đắm sa đà
Vu sơn phong vũ xé tà áo bay

Nay về tìm lại hương say
Hỡi ơi dâu bể đổi thay lâu rồi
Chỉ còn trời ướt mưa đời
Đã là chia biệt cuộc chơi lụi tàn
Mưa dầm thấm đất không tan
Bùn còn in dấu Huế vàng sắc phai.

Mưa dầm thường mưa rất dai
Sao tình gái Huế bạc phai thế này.

*Khu Morin cũ có rạp cine nguyễn văn yến

Khi gió chuyển mùa

Hạ tàn gió chuyển mùa qua
Thu vàng mấy độ sương pha ảo mờ
Từ ngăn ký ức mơ hồ
Ai ngăn được phút bất ngờ biệt ly
Người nam kẻ bắc phân kỳ
Có còn giữ được chút gì trước sau

Đời vẫn thế nắng mưa mau
Trắng đen hoán đổi làm đau lòng người
Cũng chỉ là một cuộc chơi
Người thua kẻ thắng rụng rơi tháng ngày
Như nước chảy như mây bay
Tỉnh cơn mê loạn ô hay đã già

Hạ qua Thu đến cùng ta
Vàng lên hoa Cúc chiều pha bóng đời
Chân không vững bước hụt hơi
Lạc vào mê trận không nơi tựa đầu
Còn gì để tặng ngày sau
Ngoài con tim héo khối sầu không tan

Chiều chạng vạng nắng úa tàn
Bình xưa đã vỡ rượu tràn ngất say.

Ước Lệ

Bài thơ ướt lệ chưa khô
Từng con chữ lạnh ý mơ hồ
thoáng qua đâu đó đàn lạc điệu
vần xiêu mực cạn bút ngẩn ngơ

nhớ quên biên giới dường như đã
hóa thành sợi chỉ rất mong manh
trời mưa hay lệ tràn khóe mắt
hồn ta hóa đá cũng không đành
trăm năm là tuổi đời ước lệ
nước mất nhà tan nói làm sao
anh hùng hồ thỉ còn rên xiết
sói tru trăng vỡ động chiêm bao

ta đã cuối đời thân nhược lão
còn nghe oan khốc vọng chiến hào
lao xao trong gió hồn tử sĩ
ai lập trai đàn siêu độ đây
trời ơi!
chuyện cũ mà như mới
đông tây kim cổ cũng luân hồi
thế giới chưa bình
can qua lại động
gió tanh mưa máu chẳng hề ngưng
chẳng đó thì đây thường vẫn thế
lòng người không đáy khó lường đo

bài thơ dầu đã hong khô lệ
cũng khó tìm ra nghĩa ngữ đời
ẩn dụ vẫn nằm sau nét bút
khói nhang trầm mặc lặng im hơi
niềm riêng đơn lẻ như chùng xuống
ai gỡ giùm ai những rối bời
dõi mắt trông ra sa mạc lạnh
cát vọng thiên thu tiếng ma hời

đã xa- xa thật hay vẫn thế
dẫu là lính trận có thẻ bài
sức cạn làm sao nâng thập giá
khi bóng hình xiêu gió trở mùa

phận người ước lệ - thơ ướt lệ
trăm năm cát bụi cũng còn đau.

Tự bạch

Tôi muốn thơ tôi như dòng sông êm ả
chảy miên man về với quê nhà
chỉ tiếc là sông như đời chia nhánh
theo thác ghềnh và ruộng đồng xa
nên hồn chữ qua nhiều bước ngoặc
có dịu êm cùng với phong ba.

tiếng thơ tôi khi trần truồng nhục thể
khi lặng im giấu kín tịnh thiền
hai thế kỷ vẫn gối đầu cuồng nộ
vươn tới tương lai còn cổ lụy điêu tàn
hỡi ơi!
nước mất nhà tan xa quê vời vợi
điệu lý tình khô cứng giữa trần ai
ngẩng mặt trông lên trời xám ngắt
cúi đầu nhìn xuống đất thở dài
thơ và người khó lòng đồng thuận
nợ áo cơm lây lất thiên nhai
có những lúc ngày như hoang mạc
đêm tận cùng trắng tuyết đồng hoang
tôi nghẹt thở như mặt trời vỡ vụn
tôi nghẹn ngào giữa nguyệt tận điêu tàn
tôi muốn bay hỡi ơi cánh gãy
tôi muốn về với những ngày xanh
để tìm lại hồn nhiên tuổi dại
như giọt sương trên lá long lanh.

mây vẫn bay trời vẫn màu xám xịt
gió vẫn gào át tiếng sói tru
cầm bằng như thả đời rong bút
níu ân tình viết lại những hư hao
ghép thành tranh kỳ hoa dị sắc
hay tô đen vũng tối cuộc đời
cũng vẫn là tự mình vượt dốc
gom hơi tàn níu lại ngày qua
chỉ tiếc là những gì đã mất
đã trở thành quá khứ mù xa
dẫu lắm phép như tề thiên lộng ngữ (ngộ không)
cũng không qua tay phật nhiệm mầu
như sông chảy qua thác ghềnh cuồng nộ
có chia ra trăm nhánh cũng xuôi dòng
về biển mẹ mênh mộng bất tận
nước biếc xanh vẫn yêu sóng bạc đầu

nên thơ tôi theo đời thuyền rong bút
và mở lòng như những cánh buồm
nhấn chìm sân si
thả trôi cuồng vọng
Để người mãi yêu người
như thuyền biển có nhau.
dầu không phải là thuyền mơ bát nhã
cũng độ người vượt biển trầm luân.

Nên thơ tôi là nợ đời rong bút
ghi chút tâm tình gởi ngày sau.

Đoạn cuối

Hoa đến mùa đua nở
Người khắc khoải tàn hơi
Chỉ trong cơn mê thiếp
Mới thỏa tình rong chơi

Đất trời giao hoan hội
Gió tụ bốn phương về
Rung cành hương tỏa ngát
Ta lạc đường nhiêu khê

Bóng câu qua cửa sổ
Vó ngựa thảo nguyên xa
Trên cánh đồng bất tận
Đêm hoang vu trăng nhòa

Đường đời luôn thay đổi
Bằng phẳng và gập ghềnh
Khó lòng suôn sẻ mãi
Bước chân nào nhẹ tênh

Nhìn lên trăng đã vỡ
Nhìn xuống đất thở dài
Còn vi vu đồng vọng
Từ xa xăm miệt mài

Chỉ có đêm chờ sáng
Không có ngày nắng lên
Ánh đèn nào thấp thoáng
Trên vũng lầy đất đen

Ta là ai lạ quá
Hỏi không ai trả lời
Chỉ có hình nhập bóng
Đã cuối đời tàn hơi

Mãn phần về đâu tá
Giữa muôn ngàn trùng khơi.

Thư cũ

Lá thư viết giữa giờ ngưng chiến
Còn vương mùi khói súng cay nồng
Gần xa bom đạn còn vang tiếng
Chật cứng trên trang giấy đã nhàu

Chưa kể những cơn mưa bất chợt
Poncho nước tạt gió tung bay
Đẫm trang giấy ướt thư lấm mực
Chữ còn chữ mất chữ chưa đầy

Chắc khi em nhận thư đã ố
Nhưng tình anh gởi vẫn tinh tuyền
Chỉ có tên em đầy trong sổ
Không còn ai khác để tư riêng

Anh có nhắn thêm là rán đợi
Ngày về anh sẽ kết xe bông
Sẽ đón vu qui vui hoa cưới
Sẽ lót giường êm trải chiếu hồng

Em nhớ ghé nhà thăm mẹ nhé
Mai kia là mẹ của chung thôi
Hai ta và mẹ cùng một mái
Nhà tranh vách ván tránh mưa đời

Cây khế sau nhà hoa ra trái
Em sẽ thấy tài mẹ nấu canh
Ngọt chua có đủ trong nồi nước
Đã thấm vào anh từ ngày sanh

Em ơi thuở ấy còn nhiều thứ
Giấy đã đầy trang khó viết thêm
Thôi thì cứ đợi anh về vậy
Mau lắm không chừng mai mốt thôi

Thư đi thư đến không tin lại
Ngày về người đã sóng xa đưa
Con đò bến cũ nay đã mục
Chỉ còn lưu lại lá thư xưa

Cho dù kỷ niệm đà xa lắc
Thư chữ nhòa phai với tháng năm
Vậy mà sao mãi còn nghi hoặc
Vẫn chờ vẫn đợi bóng biệt tăm.

Đêm nguyệt bạch

Em sương phụ trở mình đêm nguyệt bạch
Chăn gối nhàu còn ủ hương xưa
Từ cổ tích bước ra mềm mại quá
Như dạ hương thơm ngát nõn nà

Trăng mượt mà soi qua khung cửa
Dung nhan nào kiều mị điệu đà
Còn bùng lên trong vô thường sáng tối
Ta ngại ngần trao gởi si mê
Đêm ái ân một lần mở cửa
Đón ai về ôm ấp gối chăn hờ
Gió ơi gió xin dừng lại nhé
Đừng cuốn đi đêm ma mị tuyệt vời
Ta tê dại theo từng hơi thở gấp
Bên Người thoát y da thịt hương trầm
Đêm quằn quại đêm như ngây dại
Đêm lả người như sóng dậy trùng khơi
Sóng vẫy vùng trong biển đời hoan lạc
Đã xóa nhòa ranh giới ngày đêm

Trăng đến trăng đi không hề có tuổi
Ôm ấp dung nhan sương phụ mơ hồ
Nhớ vầng trăng riêng của Hàn thi sĩ
Cũng từng đem rao bán giữa chợ trời
Ta khánh kiệt vốn lời đã cạn
Vẫn một mình hốt lại ánh trăng rơi
Soi dĩ vãng một thời luôn hối tiếc
Dẫu biết là mộng mị đã tàn rơi

Như chiếc lá lìa cành khô khốc
Vẫn ngậm ngùi quay quắt nhớ xanh xa.

Tìm hoa bông giấy
riêng cô giáo trẻ ngày nào

Mặc dù bông giấy không hương
Sao ta cứ mãi vấn vương thế này
Chắc vì gió chướng rung cây
Sương rơi nặng hạt khói mây hững hờ.

Hay vì trên dòng sông thơ
Vọng âm quan họ "người ơi đừng về"
Động tình tâm thức tỉnh mê
Lá khô rụng xuống bốn bề gió mây.

Nhớ người kiểu cách riêng tây
Khi qua cửa lớp gió mây thẫn thờ
Đêm về thao thức làm thơ
Lời buông lỡ vận ý mơ lạc lầm.

Cô giáo trẻ chưa tình nhân
Bảng đen phấn trắng thâm quầng mắt đêm
Bước lên bục giảng nhẹ êm
Sao nghe lay động gót mềm bước chân.

Lòng riêng tình ý lặng thầm
Đứng lên ngồi xuống muốn gần lại xa
Hay là ta đã … thật thà!
Yêu cô giáo trẻ điệu đà áo hoa?

Mùa Thu bông giấy tím nhòa
Trên tà áo khép giao hòa gió mây
Chỉ thế thôi như lá bay
Lớp kia cửa đóng lớp này trống trơn.

Cô rời trường lớp hợp hôn
Ta vào quân ngũ còn ôm khối tình
Tím hoa không của riêng mình
Ngày về trường vắng bóng hình mờ phai.

Áo hoa ngày cũ trang đài
Đã thay áo cưới bên trời viễn phương.
Ta đành vui với chiến trường
Mang theo bông giấy suốt đường tím hoa.

Hương nhạt rượu đầy

Ta ngồi đối ẩm với ma
Không hình không bóng cũng là có nhau

Nâng ly cạn vạn niên sầu
Dẫu thiên bôi tửu trước sau vẫn là
Mềm môi say ngủ hiên nhà
Gối đầu dạ nguyệt bóng ma quên về

Vẫn còn đầy rượu nhiêu khê
Ướp thêm mật đắng bùa mê cõi người
Nhìn trăng lại muốn khóc cười
Lại say túy lúy nhớ người trăm năm

Trăm năm vẫn trống chỗ nằm
Vươn tay bắt bóng ôm nhầm quạnh hiu
Ngoài kia mưa tạt mái xiêu
Trăng buồn trăng cũng theo thuyền gió mây

Chỉ còn lại ly rượu đầy
Ma nào đối ẩm hương bay rượu thừa
Ta đành cạn nốt nắng mưa
Hoa say tuyết rụng đường xưa bóng mờ

Nhớ người - ừ! Níu vần thơ
Tách từng con chữ gởi bờ hư vô
Dẫu đời đá sỏi cốt khô
Thì thôi cạn chén giang hồ cũng xong

Chỉ còn vài giọt long đong
Là xong một kiếp phiêu bồng thế thôi.

Nhớ ngày ấy

Chiều cuối năm dật dờ say tỉnh
Nắng tàn phai nhòa nhạt bóng đời
Ranh giới ngày đêm mờ trong sương loãng
Theo khói bếp chiều quần quại hiên xiêu
Con thạch sùng trên đòn tay gỗ mục
Cất tiếng kêu thê thiết điều gì
Mái nhà nghiêng rên lên từng chặp
Ngọn quái phong gõ cửa liên hồi

Rượu lại rót không ai về đối ẩm
Ngoài bóng đêm đôm đốm lập lòe
Nghe xương cốt oằn đau nhưng nhức
Cạn chén đầy lại rót chén vơi
Có giọt mưa rơi qua hiên rất nhẹ
Cũng chạm vào vết cắt nhớ mà đau
Đừng trách đêm
Mưa thêm ướt chỗ
Vốn từ lâu không thể gối đầu
Và cứ thế ngày qua tháng lại
Nhốt niềm đau khóa cửa trước sau
Cho đến ngày theo thuyền xa cố thổ
Sóng dồn đưa sang tận xứ xa này
Xứ của mây bay
Thênh thang lồng lộng
Xứ của chim trời tung cánh muôn phương
Của tự do nhân ái ngập tràn
Xứ con người có quyền đứng thẳng
Bình đẳng như nhau dưới ánh mặt trời

Ta cố sống bên đời vui hướng tới
Đã đủ đầy cho một kiếp nhân sinh
Những mùa qua nhân trần thế tục
Không bỏ công sống trọn phận người
Vậy mà
Những chiều nghiêng cuối năm lầm lũi
Vẫn liu riu nhơ nhớ gì đâu
Bên hiên vắng nhà cao cửa rộng
Vẫn trống không một bóng hình xiêu
Bàn nhiều ghế chỉ ngồi một ghế
Vẫn hắt hiu theo nắng chiều phai
Vẫn đối ẩm với hình ảnh cũ
Đã phôi pha vàng ố bóng đời
Rượu cứ rót đầy vơi mê mải
Choáng cơn say lại cũng nhớ người
Biết làm gì khi tàu ngừng ga cuối
Ta nhạt nhòa trong bóng tối lên
Đời ở trọ vẫn là ở trọ
Vẫn kiếp người không có chỗ gối đầu.
Ta say khướt rượu tràn trên mặt đất
Như máu loang thời khói lửa ta bà.

Nay bạc tóc không mài gươm được nữa
Vẫn còn mơ vẫn muốn lên đường
Trên yên ngựa lệnh truyền thảo hịch
Viết câu thơ chinh chiến sa trường
Gió- gió nổi, trong đầu ta chếnh choáng
Như cổ nhân túy ngọa sa trường
Quân bất vấn thì ta tự vấn
Vẫn khóc cười ngạo thế thiên thu.

Đêm dài lắm vẫn không người đối ẩm
Thôi ta đành tự phạt ta thôi.

Chén rượu giang hồ

Còn đây chén rượu giang hồ
Uống hoài không cạn dật dờ tỉnh say
Rượu đầy hương ngát trời mây
Còn trong chén rượu men ngày ngật đưa

Cạn thêm thêm nữa cho vừa
Niềm thương nỗi nhớ đường xưa chưa mờ
Trăng sao dẫu rất hững hờ
Sao ta cứ mãi thẫn thờ mà đau

Còn đây những giọt mưa mau
Rơi trên phiến lá thay màu vàng thu
Vẫn còn nhớ gió biên khu
Một thời chinh chiến ngục tù kinh qua

Cạn thêm chén rượu nhớ nhà
Mái tranh bếp cũ cũng là quê hương
Cho dù lưu lạc mười phương
Đường xa dặm lữ vấn vương ý tình

Rót thêm chút nắng cho mình
Nhớ thời nhan sắc bóng hình có nhau
Người ơi còn giọt lệ sầu
Mang theo xuống huyệt mộ sâu cũng đành.

Cũng đành cạn chén lênh đênh
Bên trời bạc tóc buồn tênh phận người…

Vô đề

Mới viết câu thơ chẻ làm đôi
Nửa Thu Đông cũ nửa Xuân thời
Rượu là nước mắt quê hương mẹ
Vẫn đắng men say chất ngất đời.

Đầu năm lại nhớ chao ôi nhớ!
Sỏi đá cuối đường chẳng còn xa
Đã biết ngày qua không trở lại
Chiều hoang tưởng tiếc nắng phôi pha.

Râu tóc tự nhiên trơ mặt lạnh
Rụng theo năm tháng giữa ta bà
Chiều hôm tím ngắt mưa chưa tạnh
Từng giọt giọt rơi nhớ quê nhà.

Ta nghe gió hú lên hờn tủi
Chí lớn công hầu đã vời xa
Đôi mắt mỹ nhân tràn ứ lệ
Như còn tưởng tiếc tóc sương pha.

Chưa qua dặm lữ còn lận đận
Dâu bể đổi đời vẫn phân vân
Con tàu miên viễn như gần tới
Tấp nập sân ga khách dự phần.

Vé tàu không số nên còn đợi
Khách đến khách đi bóng nhạt mờ
Chờ đợi trăng lên nghe gió hú
Tiếng phong linh cũ lạc vào thơ.

Thử tính bao nhiêu thời gian rỗi
Dường như không có cõi đời này
Chỉ là tất bật và hối hả
Giành giật bon chen chút phù hoa.

Phù hoa cõi tạm ai cũng biết
Vậy mà có mắt lại không tròng
Câu thơ viết xuống tâm còn nặng
Chợ chiều hoang lạnh có như không.

Câu thơ mới viết sao như cũ
Từ đống tàn thư khóc thiên thu
Nước mắt khô rơi hòa với rượu
Trọn tình chuông mõ lúc công phu.

Rượu đế hương quê là phế tích
Chao ôi! Thơ viết chắc vô đề…

Lòng sông

Ngày đầu năm bên trời xa lạ
lại nôn nao nhớ cố thổ đất mình
có mái ấm làng quê
lũy tre gốc rạ
bờ đê ngăn ruộng lúa xanh non
khói chiều lơ lửng vây mái bếp
nhà tranh vách đất mảnh vườn con
người Việt đi xa chắc ai cũng nhớ
gốc gác quê mình bình dị thân yêu
từ tuổi thơ tết về mơ áo mới
tới thanh xuân trai gái hẹn hò
hôm qua làng trên, hôm nay xóm dưới
rủ nhau về trẩy hội được mùa.

Ôi bức tranh quê khen ai khéo dệt
trên vải mộc thô đường nét đơn sơ
mỗi một làng quê dù chỉ là chấm nhỏ
trên bản đồ ven thái bình dương
vậy mà đi đâu cũng xôn xao nỗi nhớ
sông có chia dòng cũng về biển mà thôi
núi có cao cũng thương nhớ gò bồi
nếu không nhớ không thành người lớn được
nếu đã quên là mất gốc lâu rồi
người xa xứ qua cầu thế kỷ
mộng hồi hương vẫn canh cánh bên lòng
mưa ngoài trời có dù che ô đỡ
mưa trong lòng khó ngăn đập be bờ.

Tôi người Việt vẫn mãi là máu Việt
dẫu đã kinh qua góc bể chân trời
vẫn còn giữ trong lòng nắm đất
chỗ chôn nhau cắt rốn lúc chào đời
dẫu hôm nay đã trắng râu bạc tóc
vẫn không quên quốc hận ly tan
vẫn ước ao có ngày về tụ nghĩa
giương cao cờ nhân ái tự do
cho quê nhà lại vờn lên khói bếp
cho trẻ thơ lại rộn rã tiếng cười
vui với đồng dao, theo cánh diều tung gió
cho trai thanh gái tú lại hẹn hò
cho dân tôi vượt qua khốn khó
mỗi một ngày sẽ là một tân xuân.

Nếu đời sống không ước mơ là thui chột
như hoa xuân không nở nắng không tươi
như nước sông nghẽn dòng tức tưởi
như lá còn xanh đã rụng, cành khô
tôi chệnh choạng trên đường mưa rát mặt
gánh nợ đời nặng quá đi thôi.

Biết làm sao cho mùa xuân quan ngoại
có được hương quê giữa đất lạ xứ người

Ngọn cỏ bên đời

Đông tàn cỏ úa chờ nắng tới
Như anh đợi em suốt đời này
Anh thân cỏ nội hồn biên tái
Em đó anh đây vẫn đông đoài

Ừ nhỉ, mình ên buồn biết mấy
Bên song gió tạt lạnh lên đầy
Bếp lửa nhà ai còn chờ sáng
Bếp anh than củi đã tro tàn

Cuối năm lục lọi tàn thư các
Sách mục giấy rời chữ nghĩa bay
Câu thơ viết dở khô tình mực
Đã cạn nghiên đời máu còn say

Say vì men rượu hồn chếnh choáng
Say tình say nghĩa lạc vườn hoang
Bên kia chắc nắng vàng chín tới
Tuyết trắng bên này giấc mơ tan

Mơ giữa ban ngày là mộng mị
Cổ cầm nào nhớ khúc đường thi
Gió đông nào lạc trong tiềm thức
Lạnh buốt mình ta suốt xuân thì

Cuối năm nương gió về chốn cũ
Ngọn bắc phong buồn chưa đủ vui
Lại đẩy đưa ta xa thêm nữa
Xa người xa nước xa núi sông

Em vui bên ấy còn có nhớ
Ngọn cỏ bồng ta đời trống không.
Nợ nước chưa đền tình chưa trả
Chắc là lỗi hẹn khó tương phùng.

Ca dao

Vần thơ lục bát dễ thương
Người đem rao bán dọc đường nắng mưa
Lòng ta hoài cổ xa xưa
Mua về hòa rượu vẫn chưa thấm tình

Chợ đời hết nợ ba sinh
Làm sao mua lại bóng hình một đôi
Trên trời sao vẫn đổi ngôi
Sao ta duyên phận bạc vôi thế này

May còn có ngọn gió bay
Rơi câu song thất tỉnh say với đời
Hai câu bảy chữ mượn lời
Thêm vần sáu tám tiếp hơi sống thừa

Chờ ngày nắng qua cơn mưa
Song thất lục bát đường xưa tìm về
Cho đồng dao lộng tình quê
Lay ta tỉnh giấc trầm mê thuở nào

Cám ơn thuyền cũ ca dao
Chở ta quá hải ba đào sóng xô.

Thương quá đời mình

Tôi là con sâu đo. vẫn vặn mình rướm máu
đo cùng trời cuối đất. đo vực thẳm sông sâu
đo núi cao biển rộng
vẫn chưa đo được hết lòng người
xuân hạ thu đông ngàn đời tái diễn
chợt một chiều tóc trắng sương rơi
và khai ngộ
lòng mình chưa đo hết
làm sao đo được lòng người
vẫn mãi sân si. buồn vui ấm lạnh.
vướng bùa yêu
muôn thuở vẫn dại khờ
một thoáng vô thường ngàn năm ẩn hiện
sao trách sóng bạc đầu thương nhớ những đời sông
sao trách biển nhớ những đời thuyền biền biệt
những cánh buồm no gió ra khơi
sao không trách biển đời cuồng nộ
vẫn còn người mê chấp gánh trần ai
dẫu Phật độ ba ngàn thế giới
cũng khó lòng độ được sân si.
mầm ái dục vô hình vô tướng
vốn sắc không giữa hỉ nộ đời thường
Ta như con sâu đo
đo được đời của lá
nhưng lại không đo được chính mình
dẫu qua ải gian nan mấy bận
đã vượt truông thương khó mấy lần
chưa đo xong cuộc đời của lá
là chiều thu nắng quái tắt dần

nên khóc ngất giữa thiên thu nguyệt tận
tự thương đời sao cứ mãi gian nan
có phải vì
người là hoa hương ngát
ta chẳng dám lại gần
như lá vàng nhớ tình lục diệp
vẫn mãi hoài say đắm sắc hoa
vậy mà sao lại đôi bờ chia biệt
cuống lá cành hoa vẫn chia xa
hương hoa bay ngàn thu bất tận
lá tàn khô. chỉ rụng rơi thôi
thời gian qua. đời vẫn qua rất vội
ta mãi chờ hoài hoa ngát hương
đêm nối đêm mơ hóa thành cánh bướm
bên ngàn hoa tươi thắm sắc màu
như Trang sinh mộng Kim hồ điệp
đã thiên thu. huyễn tưởng vẫn còn nguyên.

người về đâu giữa ngàn hoa khoe sắc
để mình ta lầm lũi kiếp sâu đo
người về đâu giữa ngút ngàn dâu bể
để mình ta thương quá những đời hoa

con sâu đo vẫn đo đời của lá.
còn ta. chẳng đo được đời mình.

Tự sự

Lê lết bên đời thơ rong bút mượn
gánh bi ai rao bán nỗi buồn
giữa đám đông mình riêng đơn lẻ
có cũng là không như ma mị chập chờn
phố thị xôn xao
ta lặng thầm hoang mạc
bóng tối lên ngơ ngác lạc đường
quá khứ tro than sao còn vung vãi
xương cốt rên, đau nhức một kiếp người
dòng đời vẫn trôi về nơi vô tận
ta như sông nước nghẽn, sóng hụt hơi
lòng những muốn là cánh buồm no gió
nhưng hỡi ơi! buồm rách giữa biển đời.

đêm trắng mắt vẫn ngời ngời ác mộng
từ những thước phim lao lý ngục tù
là đạn vây, thây phơi, lửa dậy
ngập chiến hào nồng nặc máu tanh
nhuộm đỏ không gian một thời lính trận
vẫn còn nguyên bùn bám gót giày
không chỉ là lấm lem mộng dữ
mà chính là vết sẹo vá chưa lành.

cũng còn may chưa cuồng tâm quẩn trí
dù chân thân chưa ổn chưa an
vẫn quẩn quanh trong vòng tròn bất định
nên giữa chợ đời vẫn lê bước lang thang

đã mấy mùa qua đông tàn xuân tới
sao riêng ta chưa có xuân thời
hay vì hoa không vì ta mà nở
cho dù ta là cọng cỏ lẻ loi
cho dù ta đã đầu sương trắng điểm*
cũng thật thà thắp tạ những anh linh
siêu sinh tử sĩ nghiêm bái hồn thiêng
đã nằm lại trên những vùng xa lạ
đất không tên
cây cỏ lãng quên đời
những tấm thẻ bài mang ra mặt trận
ai mang về treo bia mộ trống không.

năm mươi năm hai phần tư thế kỷ
ta lạc loài như chiến mã già nua
trời đất lạ, vẫn chưa quen, thật lạ!
có lẽ vì còn
nhớ quá một quê nhà.

*Ý Thơ TTY
Cám ơn hoa vì ta mà nở
Thế giới vui từ những lẻ loi

NIỆM KHÚC BIỆT TỪ

Niên Trưởng *Như Hoa Lê Quang Sinh*
Cụm hoa tình ngát hương.
*21-5-1929 * 14-2-2024*

Hoa tình yêu vẫn còn ươm nắng mới
Ngan ngát hương nồng sao biệt ly
Mười bốn tháng hai ngày tụ hội
Muôn màu khoe sắc thắm xuân thì
Đang vui bất chợt nghe tin dữ
Tiệc đời chưa trọn huynh đã đi
Đầu óc như bùng lên cơn bão lửa
Lê Huynh buông bút thật rồi sao?!
Trời Xuân hoa vẫn còn trổ nụ
Tự dưng rũ lá trắng màu tang
Câu thơ chép dở tràn trang giấy
Bất ngờ mực đọng bút nghiên sầu
Chưa hè sao đã nghe cuốc gọi
Chiêu hồn phế đế một đời thơ
Cụm hoa tình - của tình yêu còn đó
Ai sẽ là người chăm sóc sớm hôm
Ai sẽ là người thêm phân tưới nước
Cho tươi màu thắm sắc vườn thơ

Cụm hoa tình ru đời con chữ
Vẫn còn nguyên vần điệu đong đưa
Vậy mà huynh ra đi không biệt
Khi nghe tin thì huynh đã xuống thuyền
Thuyền bát nhã có đi không trở lại
Bến bờ xa mờ mịt nơi nào

Lê Huynh ơi! Mới ngày nào đó
Vui với hoa say ngất cùng thơ
Đem tâm huyết tô sắc màu nhân ái
Hiến dâng đời dị thảo kỳ hoa
Đời chưa kịp trả công đền đáp
Huynh đã đi - đi thật rồi sao!

Áng mây chiều bay qua đời rất vội
Vậy mà huynh còn vội vàng hơn
Nợ chữ nghĩa ơn đền chưa trọn
Hồn thiêng huynh có về Vũ đình trường
Có còn nghe tiếng hờn gió hú
Trên đỉnh đồi Tăng nhơn phú ngày xưa
Có còn nghe tiếng quân đi rung đất
Nắng mồ hôi vất vả quân trường
Đời binh nghiệp huynh dâng tròn nhiệt huyết
Đời thi nhân huynh gieo giống ngàn hoa

Hỡi ơi hoa tàn huyết đọng
Có phải vì huynh đã bỏ bến xa bờ.

Có nói thêm ngàn câu cũng thiếu
Một lạy thêm chắc cũng không thừa
Thôi thì xin chào tay lần cuối
Niên trưởng ơi! Nói mấy cho vừa
Gởi theo huynh câu thơ viết dở
Để huynh làm hạt giống ươm mơ
*Ở cái chỗ mà nhân gian chưa biết**
Tạm gọi là cõi ấy vô cùng

Gởi theo huynh chút tình kẻ sĩ
Lận đận bên trời hải ngoại thương ca
Dù biệt xứ vẫn hằng tâm niệm
Luôn tri tình lính cũ lưu vong
Tiễn huynh đi
Ngày tình nhân hoa hồng đỏ thắm
Nhưng lòng huynh
Là hồng trắng ngát hương.
Trắng như tấm khăn tang tưởng niệm
Sẽ còn nguyên xuyên suốt thời gian.

Cúi mặt ngậm ngùi kính chào tay lần cuối
Ngàn xa vọng bái lệ mưa tràn.

*Ý thơ Du Tử Lê

CÒN ĐÓ MỘT ĐỜI THƠ

Tưởng tiếc Phan Xuân Sinh
*1948*24-02-2024*

Phan Xuân Sinh người con xứ Quảng
đất "Tề Phi Ngũ Phụng" xa xưa
dù đã thôi "đứng dưới trời đổ nát"*
nhưng lòng còn muốn "tát cạn đời sông"*
sao vội bỏ cuộc chơi trần thế
khi "tình đang mê mãi ru đời"*
người chân mềm nhưng lòng là đá cứng
vẫn bước đi khập khểnh nhập cuộc chơi
người như ánh sao hôm
lại cũng là sao mai buổi sáng
là bình minh vàng nắng sông Hàn
đã bao lần người qua phố cổ
bóng trải dài theo bước chân xiêu
chút gió liu riu
điệu ru non nước
ngậm hờn vong quốc xót lòng đau
Phan Xuân Sinh chân run tay không mỏi
vẫn trải lòng chữ nghĩa chẳng hề phai
mặc giấy ố, mực khô tình chưa cạn
cửa nhà không khóa. mở lòng vui
trải chiếu rượu tung hê hào sảng
trọn chân tình hữu hảo trước sau.

đã bao lần nâng ly cạn chén
là bấy lần rộn rã hoan ca
Xuân Sinh sống đời xuân hy vọng
dù chân đi không vững đá cũng mềm
người thường bảo

Quảng Nam hay cãi
lại cận kề Quảng Ngãi hay co
Huynh nhẹ nói Quảng Nam không ngại
vẫn hữu tình với Quảng Ngãi hay lo
nói cho cùng là người Việt cả
bắc nam ta chung bọc mẹ hiền
thật sảng khoái. lòng mênh mông biển
vẫn trước sau thương nhớ những đời thuyền.

Hỡi ơi!
thuyền nghiêng sóng lớn
chưa đi hết biển đã gãy buồm
chỉ mới đây thôi còn vui họp bạn
văn chương chữ nghĩa ý ngút trời
cũng có lúc
Anh xuôi lòng thương quá vãng
của một thời đã sống đã yêu
Anh yêu đất quê nghèo nhược tiểu
Anh yêu người lao khổ lầm than
Anh bước đi từng bước gian nan
lòng vẫn mở như cánh buồm no gió
vẫn hân hoan dấu những muộn phiền
chỉ ưu tư khi anh ngồi lặng lẽ
một mình độc ẩm ngắm trăng lên
có tiếng hát liêu trai vời vợi
nhắc cho anh đời phiêu bạt tha hương
những lúc ấy tình anh theo con chữ
nối dài thêm những nỗi ngậm ngùi.

có lẽ anh đã nhiều lần rơi lệ
dù chỉ là những giọt lệ khô.
Phan huynh ơi!
người đi kẻ ở
Anh qua cầu Nại hà
gởi hồn hoa Bỉ ngạn
chén cháo lú ai trao
người ở lại lòng đau ứ lệ
tiễn hồn thơ về cõi vô cùng
thân xác bụi tro, tinh anh bất diệt
sẽ là hương hoa thơm ngát cõi đời.
thôi nhé chia tay nhang thơm tống tiễn
cạn thêm chén nữa rót ngậm ngùi
một nén hương đưa
qua cầu biên giới
là thiên thu vĩnh biệt một người thơ.
bái vọng ngàn xa
ngập tràn mưa lệ
nói gì hơn ngoài nỗi ngậm ngùi.
Phan Huynh ơi!
thôi vui đường mới nhé
thơ huynh còn ở mãi với đời.

*Những tựa thơ của PXS

sáng tác phẩm :
tình gầy (thơ)
tình yêu lang thang và chiến tranh (thơ)
trên đồng lau trắng (truyện)
những nẻo đường hành hương (ký sự)
vàng lên nỗi nhớ (thơ nhạc)
rực rỡ đời thường (hợp tuyển)
dấu ấn da vàng (thơ)
lối cũ vẫn trong tim (CD thơ viết chung)
dã quỳ vẫn nở (thơ)
thơ tình của túy (CD thơ)
cát bụi lưu vong (thơ)
không chỗ gối đầu (thơ)
những mảnh đời biệt xứ (Truyện ký)
một thời áo lính (Thơ)
hữu Hạn vô biên(thơ)
tình thơ ý ảnh (thi ảnh)
thuở ấy xanh xa (thi ảnh)
Lòng Ta cánh buồm(Thơ)

góp mặt :
một phần tư thế kỷ thi ca việt nam HN
30 năm văn học lưu vong(kỷ yếuVB)
14 tác giả hải ngoại (thi tuyển)
36 tác giả thế kỷ 20 (biên khảo)
Văn Đàn thời đại(tuyển tập)

chủ biên:
http://www.tuyhathuquan.com

phụ trách:
http://www.vanbutnamhoaky.com

Mục Lục

lời trần tình của thơ /5
đời thơ /7
tháng tư bùn lấm dấu giày /9
hoa dù áo trận mũ xanh /11
còn mơ một thuở kiếm cung /13
vết cắt /15
vàng hoa điên điển /16
y yên /18
ngộ /19
ơn /20
đông / 21
cuối năm /22
gió ngược /24
điệp mỹ linh /26
đông xuân lại nhớ /27
tím vàng /29
lan uyển /30
cứ ngỡ như là /31
phụng xưa /33
sài gòn ngày đại dịch /34
chiều cuối năm /36
khai bút /38
đầu năm /39
thơ rơi ai nhặt giùm ta /41
lời nhắn hồ thụy mỹ hạnh /43
xuân lặng /44
mai mùa xuân /46
ý ngỏ - vậy thì /48
và tự tình /49
hưu chiến đồn xa /50

hồn cát /52
hoa đào nở muộn /54
đào hoa y cựu /55
trên dốc phố /56
cô gái ukraine /57
nước mắt ukraine /59
những tháng tư qua /61
ngày tháng ấy /62
vô định /64
cũng đã sang sông /65
tiếng hót từ quy /66
tháng tư hải ngoại /67
bóng chiều rơi /69
thơ rơi không kịp /71
khi gió chuyển mùa /74
ngày bổn mạng /76
tháng tư như mới hôm qua /77
tháng năm nhìn lại /79
tháng sáu mùa khô /81
phế tích /83
hoa bất tử /84
ngày trở về đời /86
qua dốc hoa quỳ /88
cũng đành /90
hoa đỏ /91
sa mạc /93
chân dung /94
đò ngang /95
hội nhạc thơ /96
lý do /97
sông chảy qua đồng /98
quay tơ /99
sau cơn mưa /100

tụ nghĩa đường /102
phút tiễn đưa /104
khấp tiễn chị diệu bích /106
thương binh biệt động /108
ai điếu trần ngọc quế /110
vũ hối cũng một phận người /113
tiễn biệt đặng huynh /115
vọng cổ /118
thu cũng băn khoăn /120
tóc thu /122
ngược dòng sông chảy /123
thu ngặt /126
gió thu /128
sông nước về đâu /129
gió đã chuyển mùa /130
ký ức /132
huế cũ tím than /134
hành trình /135
tự thân /136
hoa bất tử /137
khai quang /139
sâu đo /140
phong linh /141
hương tạ /142
tâm kinh /143
thu tận thu tàn /144
tròn năm /146
tháng ba vui tháng tư buồn /147
trên dốc đá /149
gõ cửa mùa đông /151
xuân mới hay là /153
ngũ phụng /154
bóng núi cây rừng /156

tết vẫn còn xa /157
ngày đầu năm /158
tết mình ta /159
nhịp đời /160
thu cổ tích /161
tháng giêng ta /163
sáu tám cho từ dung /165
bàn tay /166
văng vẳng đờn cò /167
tiếng đàn nhị /168
giọt mưa /170
thương về núi ấn /171
trang báo cũ /173
nhan sắc /174
trăng khuyết /1876
vườn cũ /177
tháng ba lụa nắng /179
chữ cũng oan khiên /181
điệu ru tình lính /182
gởi phương xa /184
tháng ba nắng chín /185
siêu sinh /187
tháng tư vết sẹo chưa lành /189
tâm niệm /191
tự thân /193
chuyện xưa nay /194
tháng sáu xứ người /196
ngựa hoang chim biển /198
tháng bảy mùa khô /200
dung nhan /202
nửa giấc mơ ngày /204
mùa thu cây cỏ /205
bên bờ dịch thủy /207

trăng thiên cổ /208
từ đấy lệ khô /209
cổ điển /211
bến cũ người xưa /213
gởi người vấn lệ /215
lục bát mùa thu /217
biên tấu mùa thu /219
thu nghiêng /220
chút huế thôi mà /222
qua hồ tịnh tâm 223
mưa dầm /225
khi gió chuyển mùa /227
ước lệ /228
tự bạch /230
đoạn cuối /232
thư cũ /234
đêm nguyệt bạch /236
tím hoa bông giấy /237
hương nhạt rượu đầy /239
nhớ ngày ấy /240
chén rượu giang hồ /242
vô đề /243
lòng sông /245
ngọn cỏ bên đời /247
ca dao /249
thương quá đời mình /250
tự sự /252
niệm khúc biệt từ / 254
còn đó một đời thơ / 257
sáng tác phẩm /260
mục lục / 261

TRÂN TRỌNG CÁM ƠN CÁC TÁC GIẢ TRANH
ẢNH CÓ TỪ NGUỒN INTERNET ĐÃ ĐƯỢC CẮT
GHÉP ĐỂ THỰC HIỆN BÌA VÀ MINH HỌA CHO THI
TẬP NÀY.

Rong bút thơ túy hà
Thư quán da vàng ấn hành 2024

Tác giả giữ bản quyền
Copyright by tuy ha / ha thanh tran
Thư từ liên lạc: tuyha007@gmail.com

Ấn phí 20 mỹ kim

www.ingramcontent.com/pod-product-compliance
Lightning Source LLC
LaVergne TN
LVHW041659060526
838201LV00043B/496